பொருள்முதல்வாதப் பார்வையில் ஆதிசங்கரரின் அத்வைதம்

அ. கா. ஈஸ்வரன்

இந்தியா மலேசியா இலங்கை ஜெர்மனி அமெரிக்கா

♦ பதிப்பு:

1ஆம் பதிப்பு: நவம்பர் 2023

2ஆம் பதிப்பு: ஜூன் 2024

நூல்: பொருள்முதல்வாதப் பார்வையில் ஆதிசங்கரரின் அத்வைதம் ♦ ஆசிரியர்: அ. கா. ஈஸ்வரன் ♦ உரிமை: ஆசிரியருக்கு ♦ வெளியீடு: தமிழ் மரபு அறக்கட்டளை பதிப்பகம் ♦ பக்கங்கள்: 148 ♦ விலை: ரூ 180/- ஐரோப்பாவில் யூரோ 4 /- ♦

Book Title: Porulmuthalvatha Parvayil Aadhisankararin Athvaitam ♦ Author: A. K. Eswaran ♦ Publisher: Tamil Heritage Foundation Pathipagam ♦ Edition: November 2023 (First) ♦ Size: Demy Octovo ♦ Pages: 148 ♦ Copyright: Author ♦ E-mail: mythforg@gmail.com ♦ Price: Rs. 180/- Euro 4/- ♦ Copyright Reserved

ISBN: 978-81-962636-5-2

உள்ளடக்கம்

பதிப்புரை	*4*
என்னுரை	*7*
பகுதி - 1	*13*
1. ஆதிசங்கரரின் வாழ்க்கை	*14*
2. ஆதிசங்கரரின் அத்வைதம்	*30*
3. இயக்கவியல் பொருள்முதல்வாதம்	*45*
4. பொருள்முதல்வாதப் பார்வையில் ஆதிசங்கரரின் அத்வைதம்	*52*
பகுதி - 2	*73*
5. ஆதிசங்கரரின் படைப்புகள்	*75*
உதவிய நூல்கள்	*142*

3

பதிப்புரை

நமது சிந்தனை முழுமையையும் ஆக்கிரமித்துக் கொண்டிருக்கும் ஒவ்வொரு விஷயத்திற்கும் அடிப்படையாக அமைவது நாம் உள்வாங்கி இருக்கின்ற தத்துவங்கள்தான். ஒருவர் தமது பிரச்சனைகள் அனைத்தையும் தாம் உள்வாங்கி இருக்கின்ற தத்துவக் கண்ணோட்டத்தின் அடிப்படையில்தான் அணுகுகின்றார்; புரிந்து கொள்கின்றார்; அதற்கான எதிர்வினையாற்றுகின்றார். சிந்தனையில் தெளிவும் அதன்வழியிலான செயல்பாடும் தெளிவாக அமைய வேண்டும் என்றால் நாம் உள்வாங்கி இருக்கின்ற தத்துவம் தெளிவானதாக அமைந்திருக்க வேண்டும்.

நாம் உள்வாங்கி இருக்கின்ற தத்துவம் கண்மூடித்தனமான சரணாகதித் தத்துவமா அல்லது அறிவைக் கசக்கிப் பிழிந்து யோசித்து, சிந்தித்துச் செயல்படுத்தும் அறிவியல் சார்ந்த தத்துவமா என்பது முக்கியமான கேள்வி.

எத்தனையோ தத்துவ ஞானிகள் உலகின் பல்வேறு இடங்களில் பிறந்து தங்கள் அறிவின் ஆழத்தால் தாம் கண்டறிந்த தத்துவங்களை எழுதி நமக்கு வழங்கிவிட்டுச் சென்றிருக்கின்றார்கள். அப்படி தத்துவங்கள் வழங்கிய நாடுகளில் இந்தியாவும் ஒன்று.

இன்று நாம் காண்கின்ற இந்தியா என்ற நில எல்லை என்பது உருவாவதற்கு முன்பாகவே இந்த நிலப்பகுதியில் சிறிய பல நாடுகள் இருந்தன. ஒவ்வொன்றும் வெவ்வேறு சிந்தனையையும் பண்பாட்டையும் கொண்டிருந்தன. பல தத்துவங்கள் இங்கு பிறந்தன; வெளியே இருந்து கொண்டுவரப்பட்ட தத்துவங்களும் இங்கே உள்வாங்கப்பட்டு அங்கீகாரம் பெற்று விட்டன.

ஒவ்வொரு தத்துவமும் மனிதர்கள், அவர்களைச் சுற்றியுள்ள

இயற்கை, இந்த இயற்கையை ஏதோ ஒரு வகையில் பாதிக்கின்ற ஒன்று - அது கடவுளா அல்லது மற்ற ஒன்றா என்ற கேள்வி.. மனிதருக்கும் அந்தப் பொருளுக்கும் இடையிலான தொடர்பு, பாவ, புண்ணியச் சிந்தனைகள், செயல்கள் அவற்றுக்கான விளைவுகள் என்பவற்றை அலசுகின்றன.

பல வேளைகளில் தத்துவங்கள் புனித பிம்பங்களாக நம்மைச் சுற்றிக் கட்டமைக்கப்பட்டிருக்கின்றன. அப்பிம்பங்கள் நம் சுய சிந்தனை வெளிப்பட முடியாத அளவிற்கு நாம் சார்ந்திருக்கும் சூழலால் கட்டமைக்கப்படுகின்றன. இந்தப் புனித பிம்பங்களைக் கேள்வி கேட்கலாமா? இந்தப் புனித பிம்பங்களைத் தற்காலப் புதிய சிந்தனைகளுக்கு உட்படுத்தி அவற்றின் மாயத் தன்மைகளைத் தகர்க்கலாமா என்பதுதான் தத்துவ விசாரணை. கருத்துமுதல்வாதமா அல்லது பொருள்முதல்வாதமா. எது சிறந்தது.. எது நமக்குத் தெளிவைத் தரும் என்ற கேள்வி நம்மைச் சுற்றிச் சுற்றி வந்து கொண்டுதான் இருக்கிறது.

இதெல்லாம் எதற்கு? வேலைக்குச் சென்றோமா, பணம் சம்பாதித்தோமா, வீட்டிற்கு வந்தோமா. சாப்பிட்டோமா. தொலைக்காட்சியில் திரைப்படங்களைப் பார்த்து ரசித்துத் தூங்கினோமா என்று இருந்துவிட்டுப் போகலாமே என்றால் வாழ்க்கை நம்மைச் சும்மா விடுவதும் இல்லை. நம்மைச் சுற்றி நடக்கின்ற பல நிகழ்வுகளும் நாம் பார்க்கின்ற, நாம் ஈடுபடுகின்ற அன்றாடச் செயல்பாடுகளும் நாம் கொண்டிருக்கும் தத்துவங்களின் அடிப்படையில்தான் நம்மைச் செயல்பட இயக்குகின்றன. ஆகவே தத்துவங்களைத் தேடுவதில் இருந்து நாம் தப்பி ஓட முடியாது என்பதையும் உணர்கின்றோம்.

தத்துவ விசாரணை செய்ய வேண்டும் என்றால் முதலில் தத்துவங்களைப் படித்திருக்க வேண்டும். இந்தியக் தத்துவங்கள் ஏராளமானவை இருக்கின்றன. அவற்றையெல்லாம் படித்துவிட முடியுமா? அப்படியே படித்தாலும் புரிந்து கொள்ள முடியுமா? என்ற சவால்கள் நமக்கு உள்ளன என்பது மறுப்பதற்கில்லை. ஆயினும் அவற்றை எளிதாகப் படித்துப் புரிந்து கொள்ளலாம், அவற்றை நோக்கி நாம் கேள்விக் கணைகளைத் தொடுத்து நமக்கான தெளிவைப் பெறலாம் என இயங்க உதவும் வகையில் தோழர் அ.கா. ஈஸ்வரன் அவர்களது நூல் படைப்புகள் இன்று அமைகின்றன. எளிய மொழியில் கடினமான விஷயங்களை

எளிதாகப் புரிந்து கொள்ள இவரது நூல்கள் கைகொடுக்கின்றன. அந்தவகையில் இந்த நூலும் அமைகின்றது.

இந்திய தத்துவப் புலத்தில் அசைக்கமுடியாத, தவிர்க்க முடியாத ஓர் ஆளுமை ஆதிசங்கரர். அவரது படைப்புகளையும் அத்வைதக் கருத்துக்களையும் விளக்கி அவற்றைப் பொருள்முதல்வாதக் கண்ணோட்டத்தில் எதிர்கொள்கின்றது இந்த நூல். மிகவும் துணிச்சலான அணுகுமுறையுடன் அத்வைதம் விளக்கப்பட்டு அதற்கான பொருள்முதல்வாதக் கண்ணோட்டத்தை நூலாசிரியர் அ.கா. ஈஸ்வரன் முன் வைக்கின்றார்.

இந்த நூல் உருவாக்கத்தில் என்னுடன் துணையிருந்து நூலின் பகுதிகளைச் சரிசெய்து கருத்துக்களை வழங்கி உதவிய முனைவர். தேமொழிக்கு நன்றி. இந்த நூல் அச்சாக்கம் பெறுவதற்கான பணிகளை மேற்கொண்ட தமிழ் மரபு அறக்கட்டளை பதிப்பகப்பிரிவின் பொறுப்பாளர் முனைவர். மு. பாமா, நூலின் தட்டச்சுப்பிழைகளைச் சரி செய்த முனைவர். பாப்பா, நூலுக்கு அழகிய வடிவில் அட்டை வடிவத்தை உருவாக்கித் தந்த திரு. நாணா (எஸ்.நாராயணன்) ஆகியோருக்கு என் நன்றி.

தத்துவங்களும் சிந்தனைப் பாரம்பரியமும் கேள்வி கேட்கப்பட்டால்தான் கூர்மையடையும். அத்தகைய ஒரு முயற்சியே இந்த நூல். இந்த அறிவார்ந்த பயணத்தில் தனது ஆய்வுப்பணியை மேற்கொள்ளும் நூலாசிரியர் தோழர் அ.கா. ஈஸ்வரன் அவர்களுக்கு எனது நல்வாழ்த்துகள்.

முனைவர் க. சுபாஷிணி

தலைவர், தமிழ் மரபு அறக்கட்டளை

29.10.2023

என்னுரை

அத்வைத வேதாந்தத்தைப் பற்றிய அறிமுகமே இல்லாதவர்களும் படித்து அறிந்து கொள்ள வேண்டும் என்ற முனைப்போடு இந்நூல் எழுதப்பட்டுள்ளது. இறுதியில் விமர்சனம் இருந்தாலும் அத்வைதமே வைதீகத் தத்துவங்களின் தலைமையானதாகக் கருதப்படுவதினால் அதனைப் புரிந்து கொள்ள வேண்டியது அவசியமான ஒன்றாக இருக்கிறது.

அத்வைதம் பல்வேறு தத்துவச் சொற்களைக் கையாளுகிறது. அந்தச் சொல்லையும் அச்சொல்லின் பொருளையும் புரிந்துகொள்ளாமல் அத்தத்துவத்தை முழுமையாக அறிந்து கொள்ள முடியாது. அதனால் ஆதிசங்கரரின் படைப்புகளை அறிமுகப்படுத்தும் வகையில் பல்வேறு அத்வைதத் தத்துவச் சொற்கள் சுட்டிக்காட்டப்பட்டுள்ளன.

அத்வைதம் இந்நூலில் பரபக்கமாகத் தொகுக்கப்பட்டுள்ளது, அதாவது ஆதிசங்கரர் கூறிய முறையில் எழுதப்பட்டுள்ளது.

"பொருள்முதல்வாதியான நாம் ஏன் கருத்துமுதல்வாதத்தைப் படித்தறிய வேண்டும்" என்ற கேள்வி நம்நாட்டில் அதிகம் கேட்கப்படுகிறது. தத்துவ முறையிலான சிந்தனை என்பது இயல்பானதே. ஆனால் அதனை மேம்படுத்துவதற்கு முந்தைய தத்துவங்களைப் படித்தாராய்வதைத் தவிர வேறு வழியில்லை.

பொருள்முதல்வாதத்தில் சிறந்து விளங்க வேண்டுமானால் அனைத்துக் கருத்துமுதல்வாதக் கருத்துக்களுக்கும் பதிலளிக்கத் தெரிந்திருக்க வேண்டும். நம் நாட்டில் கருத்துமுதல்வாதியாக இருந்தாலும் பொருள்முதல்வாதியாக இருந்தாலும் எதிர் தத்துவத்தை நன்றாக அறிந்து பதிலளித்துள்ளனர்.

தமிழகத்தை எடுத்துக் கொண்டாலும் சரி, இந்தியாவை எடுத்துக் கொண்டாலும் சரி தத்துவத்தில் சிறந்து விளங்கிய நாடாகவே இருக்கிறது. ஆனால் இன்றைய நிலை வருந்தத்தக்கதாகவே இருக்கிறது.

"மணிமேகலை" நூல் பவுத்த காப்பியமாக இருந்தாலும் அதில் பல மதங்களின் தத்துவங்கள் மிகச் சுருக்கமாக கூறப்பட்டிருக்கிறது. "சமயக் கணக்கர்தம் திறம் கேட்ட காதை" என்ற அத்தியாயத்தில் அன்று தமிழகத்தில் காணப்பட்ட முக்கியமான தத்துவப்போக்குகள் சுட்டிக்காட்டப்பட்டுள்ளன. அளவைவாதம், சைவவாதம், பிரம்மவாதி. வைணவவாதி, வேதவாதி, ஆசீவகவாதம், நிகண்ட வாதம், சாங்கிய வாதம், வைசேடியக வாதம், பூதவாதம் ஆகியவை இடம் பெற்றுள்ளன. அன்றைய தமிழகத்தில் காணப்பட்ட அன்றைய நிலைப் பொருள்முதல்வாதமே பூதவாதமாகும்.

இங்கு கூறப்பட்ட தத்துவங்களில் பிரம்மவாதி, வேதவாதி போன்றவை அத்வைதத்தைக் குறிப்பிடவில்லை; பிரம்மவாதியிடம் துவைதத்தின் தொடக்கநிலையைக் காணமுடிகிறது. வேதத்தின் ஆதியந்தமில்லாமையை வேதவாதி சிறப்பித்துக் கூறுகிறார். அக்காலத்தில் அத்வைதம் தமிழகத்தில் பரவவில்லை என்பதும் தெரிகிறது.

பூதங்களின் சேர்க்கையினால் உணர்வு பிறக்கும் என்றும் பூதங்கள் அழியும்போது தனித்தனியாகப் பிரியும் என்றும் பூதவாதம் கூறுகிறது. வாழ்க்கைத் தத்துவமாகப் பூதவாதம் காணப்படுகிறது. இம்மையும், இம்மைப்பயனும் இப்பிறப்புடன் முடிவடையும் என்றும் மறுமையும் வினைப்பயனும் பொய் என்றும் பூதவாதம் கூறுகிறது.

"நீலகேசி" ஒரு சமண காப்பியம். இதில் புத்தம், ஆசீவகம், சாங்கியம், வைசேடிகம், வேதவாதம், பூதவாதம் ஆகியவை பற்றித் தனித்தனி அத்தியாயமாக விவரிக்கப்பட்டுள்ளது.

சைவர்களின் சாத்திர நூல்களில் பிற தத்துவங்களைப் பரபக்கமாகக் கூறித் தமது தத்துவக் கண்ணோட்டத்தால் விமர்சித்து எழுதப்பட்டுள்ளது. **"சிவஞான சித்தியார்"** பதினான்கு தத்துவங்கள் கூறப்பட்டு பிறகு அது சைவசித்தாந்த வழியில் மறுக்கப்பட்டுள்ளது. இதில் முதலில் இடம் பெறுவது உலகாயதம். பௌத்த பிரிவுகளான சௌந்திராந்திகம், யோகாசாரம், மாத்தியமிகம் ஆகியவை மறுக்கப்படுகின்றன, வைபாடிகம்,

நிகண்டவாதி, ஆசீவகம், பட்டாசாரியம் (பூர்வ மீமாம்சை), பிபாகரன், சத்தப்பிரமவாதி, மாயாவாதி (அத்வைதம்), பாற்கரியம், நிரீச்சுர சாங்கியம், பாஞ்சராத்ரியம் (வைணவம்) ஆகியவை மறுக்கப்படுகின்றன.

அன்றைய பிரதான தத்துவத்தில் உலகாயதம் இருந்ததனால்தான் இதனை முதலில் வைத்து எண்ணப்பட்டுள்ளது. உலகாயதத் தத்துவத்தில் ஆகாயம் தவிர்த்த நிலம், நீர், நெருப்பு, காற்று என்கிற நான்கு பூதங்களே ஏற்றுக் கொள்ளப்பட்டுள்ளன. மண்ணில் இருந்து குடம் முதலானவை தோன்றுவது போலவே இப்பூதங்களில் இருந்து பொருட்கள் தோன்றுகின்றன. பூதங்களின் பிரிவால் அனைத்தும் அழிகின்றன. உலகாயதம் மறுபிறவியைக் கடுமையாக மறுக்கிறது, கடவுள், ஆன்மா, வினை ஆகியவற்றை மறுக்கிறது. மறுபிறவியை ஏற்பதென்பது மலடியின் மகன், முயல் கொம்பில் ஏறி ஆகாயப்பூவைப் பறித்தான் என்று கூறுவதைப் போன்றதாகும் என்கின்றது.

சந்தனம் முதலியவை நீரில் கரைத்தால் மணம் வெளிப்படப் பூசலாம், நெருப்பில் சுட்டால் மணத்தை மூக்கால் நுகரலாம், இந்தத் தன்மைக்கு சந்தனத்தின் நல்வினை, தீவினை காரணமாகுமா? என்று கேள்வி எழுப்பி அதற்குப் பதிலும் அளிக்கிறது. சந்தனத்தின் சுபாவம் என்று உலகாயதர் பதிலளிக்கின்றார். இதேபோல் ஒவ்வொருப் பொருளிலும் உள்ள தன்மை அதன் சுபாவம் ஆகும். இதற்கு வேறு காரணங்கள் இருக்க முடியாது.

உலகில் அனுபவிக்கும் இன்பத்தை மறுத்து, இறப்பிற்குப் பின்பான விண்ணில் இன்பம் அனுபவிக்கலாம் என்று மயங்குபவர்கள் இறுதியில் துன்பத்தையே அடைவார்கள் என்றும் அவர்களை மூடர் என்றும் கூறப்பட்டுள்ளது. இது எப்படிப்பட்ட மூடத்தனம் என்றால் தாகம் ஏற்படும்போது அருகில் உள்ள தண்ணீரைப் பார்த்த பிறகும் அதனைப் பருகித் தாகம் தீர்க்காமல், வேறிடத்துக்குப் போய் அங்குத் தண்ணீர் கேட்டுச் சோகம் கொள்வது போன்றதாகும்.

வீடுபேறு உள்ளதாக நம்பி அதைப்பெற அலைந்து மெலிவது எதற்காக? வீடு உண்டாயின் அதைக் காட்டுபவர், கண்டோர், கேட்டோர் ஆகியோர் அதற்கான சான்று உண்டாயின் காட்டட்டும் என்று கேள்வியைத் தொடுக்கின்றனர்.

இந்நூல் அத்வைதத்தை **"மாயாவாதம்"** என்ற பெயரில் விவரிக்கிறது. பதினைந்து பாடல்களில் அத்வைதம் தொகுக்கப்பட்டுள்ளது. அத்வைதம் கூறுகிற "பிரம்மம் சத்தியம் ஜகத் மித்" என்பதை ஐந்தாம் பாடல் சுருக்கமாகச் சுட்டிக்காட்டுகிறது.

சொல்லால் விளக்க முடியாத (அநிர்வசன) பிரம்மத்தில் இருந்து இந்தப் பிரபஞ்சம் தோன்றியது. அப்படி அதில் பிரபஞ்சம் தோன்றியிராவிட்டால் வேறு எதில் இருந்தும் அது தோன்றியிருக்க முடியாது.

சிப்பியானது வெள்ளி மாதிரியே ஒளிர்ந்தாலும் நெருப்பில் இட்டால் அழியும், வெள்ளியை நெருப்பில் இட்டால் அழியாது. அதுபோலவே பிரபஞ்சம் சிப்பி போன்று பொய்யாகும், பிரம்மம் வெள்ளி போல உண்மையாகும். இதைப்போல ஞான விசாரணை செய்யும்போது பிரபஞ்சம் பொய்யாகவும் பிரம்மம் உண்மையாகவும் தோன்றும். இதுபோன்று தொடரும் பாடல்களில் அத்வைதம் கூறப்படுகிறது.

அத்வைதத்தை மறுக்கும் முதல் பாடலே உலகை கானல் நீர் என்று கூறுவதைக் கடுமையாகக் கேள்விக்குள்ளாக்குகிறது. **"நானே பிரம்மம்"** என்று சொல்லி இவ்வுலகம் கானல் நீர்போல, ஒரு மாயமாகும் என்றும் கூறிக் கடவுளும் ஆன்மாவும் ஒன்றே என்று கூறும் மதியற்ற மாயாவாதிப் பேய்போலப் பேசுகிறான். இவன் பிரம்மமானால் மற்றவரும் பிரம்மமே, அவர்களுக்கு இவன் ஏன் உபதேசிக்க வேண்டும்? அதுவும் அழியும் உடம்பில் அழியாத பிரம்மம் ஏன் நுழைய வேண்டும்? என்று சைவ சித்தாந்த நூலில் கேள்வி எழுப்பட்டுள்ளது.

"சங்கற்ப நிராகரணம்" என்கிற நூலும் பல தத்துவங்களைக் கூறி அதனைச் சைவசித்தாந்த வழியில் மறுக்கிறது. இந்நூலிலும் அத்வைதம் மாயவாதம் என்று பெயரிட்டுத் தொகுக்கப்பட்டுள்ளது. இந்நூலில் அத்வைதம் முதலாவதாக வைத்து எண்ணப்பட்டுள்ளது.

ஒரு தத்துவம் தனக்கு எதிரான தத்துவங்களைப் பரபக்கமாகத் தொகுத்து, பிறகு தனது தத்துவவழியில் விமர்சிக்கப்படுவது நம் நாட்டுத் தத்துவ ஆய்வு முறையாகும்.

அதேபோல நம் கையில் உள்ள இந்த நூல் அத்வைதத்தை முதலில் பரபக்கமாகத் தொகுக்கின்றது. அடுத்து ஆதி சங்கரர்

கூறும் அத்வைதத் தத்துவம் பொருள்முதல்வாதப் பார்வையில் விமர்சிக்கப்படுகிறது. இரண்டாம் பகுதியான "ஆதிசங்கரரின் படைப்புகள்" என்பதில் அத்வைதம் ஆதிசங்கரரின் சொற்களிலேயே விளக்கப்படுகிறது.

அத்வைத அடிப்படைகளைப் புரிந்துகொள்ள இது போதுமானது. அத்வைதத்தை மார்க்சியத் தத்துவமான இயக்கவியல் பொருள்முதல்வாத வழியில் விமர்சிக்க வேண்டும். அதுதான் இந்த நூலின் முதல் பகுதியின் இறுதி ஆகும். அண்மையில் மார்க்சியச் சிந்தனை மையம் சார்பாக இணையம் வழியாக எடுக்கப்பட்ட வகுப்பில் கூறப்பட்டவை இந்த நூலில் இடம்பெறுகின்றன.

நூல் எழுதி முடிக்கும் தருவாயில் இந்த நூலைத் தமிழ் மரபு அறக்கட்டளை பன்னாட்டு அமைப்பு மூலம் வெளியிட்டால் சிறப்பாக இருக்கும் என்று நினைத்தேன். தோழர் முனைவர். க.சுபாஷிணி அவர்களிடம் தகவல் தெரிவித்தேன். உடனே நூல் தேர்ந்தெடுக்கும் குழுவினருக்கு அனுப்புவதாகத் தெரிவித்தார். குழுவின் முடிவின்படி இந்த நூலைத் தமிழ் மரபு அறக்கட்டளை பன்னாட்டு அமைப்பு வெளியிட்டுள்ளது. தமிழ் மரபு அறக்கட்டளை பன்னாட்டு அமைப்புக்கு நன்றியைத் தெரிவித்துக் கொள்கிறேன்.

அ.கா.ஈஸ்வரன்

9884092972

ak.eswaran@gmail.com

28.10.2023

பகுதி 1

1. ஆதி சங்கரரின் வாழ்க்கை

அத்வைதத்தைப் புரிந்து கொள்வதற்குத் தேவையான அளவுக்குச் சிறிய மற்றும் பெரிய நூல்களை ஆதிசங்கரர் எழுதியுள்ளார். அத்வைதத்தைப் புரிந்து கொள்வதற்கு அவை போதுமானவை. ஆதிசங்கரரின் வாழ்க்கை வரலாறு மிகவும் பிற்காலத்தில்தான் எழுதப்பட்டுள்ளது. அதில் அவரது அத்வைதத்திற்குப் பொருந்தாத அற்புதங்கள் காணப்படுகின்றன. அந்த அற்புதங்கள் அத்வைதத் தத்துவத்தை விளக்குவதற்குத் தேவையற்றதாக இருக்கிறது.

ஒரு தத்துவத்தை நிலைநிறுத்திய ஒருவரின் வாழ்க்கை வரலாற்றை அறிகிறோமோ இல்லையோ அவர் வாழ்ந்த காலத்தை அறிந்தாக வேண்டும். அந்தக் காலத்தோடு அவரைப் பற்றிய சில விவரங்களை அறிந்திருப்பதும் தேவையான ஒன்றே. இருந்தாலும் ஆதிசங்கரரைப் பற்றிய வரலாற்றை அத்வைதிகள் எவ்வாறு கூறுகின்றனர் என்பதை அறிந்து கொள்வது அவரைப் பின்பற்றுகின்ற அத்வைதிகளை அறிந்து கொள்வதற்கு உதவிடும்.

இன்று கேரளம் என்று அழைக்கப்படுகிற மாநிலத்திலுள்ள காலடி என்ற சிற்றூரில் ஆதிசங்கரர் பிறந்தார். அவரைப் பற்றிய வாழ்க்கை வரலாற்று நூல்கள் "சங்கர விஜயம்" என்ற பெயரால் அழைக்கப்படுகின்றன. இதே பெயரில் பலநூல்கள் இருக்கின்றன. அதில் குறிப்பிடத்தக்கவை, ஸ்ரீமத் சங்கர திக்விஜயம், ஆனந்தீய சங்கர விஜயம், சித்விலாசீய சங்கர விஜயம், வியாஸாசலீய சங்கர விஜயம், குருரத்னமாலாஸ்தவம் போன்றவையாகும். இந்நூல்கள் ஆதிசங்கரர் பிறந்து பல நூற்றாண்டுகள் கடந்த பின்பு எழுதப்பட்டன. அதனால் இந்நூல்களுக்கு இடையே முரண்பாடுகள் காணப்படுகின்றன.

ஆதிசங்கரர் காலத்தைச் சிருங்கேரி மடம் கி.பி.788-820 என்று அம்மடத்தின் ஆச்சாரியர் வரிசையைக் கொண்டு கணக்கிட்டுள்ளனர். பொதுவாக ஆய்வாளர்கள் இந்த ஆண்டையே ஏற்கின்றனர். ஆதிசங்கரர் அமைத்த நான்கு மடங்களில் வராத காஞ்சி மடம் ஆதிசங்கரர் காலத்தைக் கி.மு. 509 என்று கணக்கிடுகிறது. சிருங்கேரி மடத்தைத் தவிர மற்ற மடங்கள் காஞ்சி மடம் குறிப்பிடுகிற ஆண்டையே ஏற்றுக் கொண்டுள்ளன. ஆதிசங்கரர் முப்பத்திரண்டு ஆண்டுகள் வாழ்ந்தார் என்பதில் எல்லா மடங்களும் ஒத்த கருத்தையே கொண்டுள்ளன.

ஆதிசங்கரரின் வாழ்க்கை வரலாறு அவர் பிறந்து பல ஆண்டுகள் கடந்த பின்பு எழுதப்பட்டுள்ளதால் அவரது வாழ்க்கையில் நிகழ்ந்த சில அற்புதங்கள், நிகழ்ச்சிகள் கதையில் இணைக்கப்பட்டுள்ளன.

சிவகுரு, ஆரியாம்பாள் என்ற தம்பதிக்கு வெகு காலம் குழந்தைப் பேறு இல்லாமல் இருந்தது. சிலரது ஆலோசனையின்படி, திருச்சூரில் (சிவபுரம்) உள்ள வடக்குநாதன் என்கிற சிவனிடம் பிள்ளை வரம் வேண்டி அவர்கள் வழிபடச்சென்றனர். அங்கு அவர்களின் கனவில் சிவபெருமான் தோன்றி "வேண்டுதலை ஏற்று நிபந்தனைக்கு உட்பட்டு உங்களுக்குப் பிள்ளை வரம் தருகிறேன். நல்லறிவும் நற்குணமும் கொண்ட ஆனால் ஆயுள் குறைந்த ஆண் குழந்தை வேண்டுமா? அல்லது அறிவற்ற, கெட்ட குணங்களைக் கொண்ட பல குழந்தைகள் வேண்டுமா?" என்று கேட்டார். அதற்கு அத்தம்பதியினர் ஆண்டவனிடம் "எங்களுக்கு வேண்டியதையும் வேண்டாதவையும் அறிந்த ஆண்டவரே, இதற்கு நீங்களே முடிவெடுத்து எங்களுக்கு எது நன்மை பயக்குமோ அதனை அருள்வீர்" என்று தெரிவித்தனர். ஆண்டவர் அவர்களிடம் "சோதனையில் வென்ற உங்களுக்கு நானே மகனாகப் பிறக்கிறேன்" என்று கூறி மறைந்தார்.

"**தத்துவ மசி**" என்ற மகாவாக்கியத்திற்கு **"நீயே அது"** என்று அத்வைதப்படி விளக்கம் அளித்த ஆதிசங்கரரின் பிறப்பு இந்தவகையில் இறையருள் பெற்றதாகக் கதை கட்டுவது வியப்பாக இருக்கிறது. இந்தக் கதையினை வடித்தவர்கள் ஞானவழியில் மட்டும் செல்வதாக இல்லாது கர்ம வழியினையும் பின்பற்றுபவராக இருந்து எழுதியதுபோல் இருக்கிறது அல்லது கர்ம வழியின்பாற்பட்டவர்களுக்காக ஞானவழியில் நிற்பவர்கள்

எழுதியதாகவும் கொள்ளலாம். கதை வழியில் தொடர்வோம்.

பத்து மாதம் சென்ற பிறகு ஆரியாம்பாள் ஆண் மகவைப் பெற்றார். சிவபெருமானே குழந்தை வடிமாக வந்துள்ளதால் அந்தக் குழந்தைக்குச் சங்கரன் என்று பெயரிட்டனர். சங்கரன் என்பதற்கு ஆனந்தத்தைக் கொடுப்பவன் என்று பொருளாகும்.

சங்கரனுக்கு மூன்று வயதிலேயே படிக்கவும் எழுதவும் கற்றுக் கொடுத்தனர். தாய் மொழியிலும் சமஸ்கிருத மொழியிலும் சங்கரன் சிறந்த தேர்ச்சி பெற்றார். இங்கே தாய்மொழி என்று கூறியவுடன் காலடியில் இன்று பேசப்படுகிற மலையாளத்தையே குறிப்பதாகப் பலரும் எண்ணுகின்றனர். உண்மையில் ஆதிசங்கரர் பிறந்தபோது அங்கே தமிழ்தான் பேசப்பட்டது. மலையாளம் என்கிற மொழி தோன்றிக் கிட்டதட்ட ஆயிரம் ஆணடுகள்தான் ஆகின்றன. ஆதிசங்கரர் மலையாளம் தோன்றுவதற்குக் கிட்டதட்ட நூறு-நூற்றம்பது ஆண்டுகளுக்கு முன்பு தோன்றியவர். அதனால் அவரது தாய்மொழி தமிழேயாகும். தமிழ் மூவேந்தர்களில் சேர அரசர்கள் ஆண்ட பகுதியாகத்தான் காலடி பலகாலமாக இருந்தது.

சங்கரருக்கு நான்கு வயதானபோது தகப்பனார் சிவகுரு இயற்கை எய்தினார். இந்தத் துயரத்தின் தொடர்ச்சியிலும் ஆரியாம்பாள் தமது பிள்ளையின் ஐந்தாம் வயதில் உபநயனம் செய்வித்தார். பூணூல் அணிந்தபின் சங்கரர் தாயைப் பிரிந்து குருகுலவாசம் சென்றார். அங்கு வேதம் மற்றும் பிற சாத்திரங்களைக் கற்றார். குருகுலவாசத்தின் போது பிள்ளைகள் பொதுமக்களிடம் சென்று பிச்சை பெற்றே உண்பர். அவ்வாறு பிச்சை ஏற்கும் போது நடந்த நிகழ்வில்தான் சங்கரர் **"கனகதார ஸ்தோத்திரம்"** பாடியதாகக் கூறப்படுகிறது. ஆனால் இது ஆதிசங்கரர் பாடியது தானா? என்ற சந்தேகத்தையும் எழுப்புகிறது.

ஸ்ரீ ஜகத்குரு க்ரந்தமாலா என்ற பெயரில் ஆதிசங்கரரின் ஸ்தோத்திரங்கள் மற்றும் பிரகரணங்கள் பத்துத் தொகுதியாகத் தொகுக்கப்பட்டுள்ளன. இத் தொகுப்பில் கனகதார ஸ்தோத்திரம் இடம் பெறவில்லை.

குருகுலத்தில் கற்று முடித்த சங்கரன் வீடு திரும்பினார். தமது தாயாரை அன்போடு கவனித்துக் கொண்டார். வைதீக முறையிலான மனித வாழ்க்கை நான்கு ஆசிரமங்களைக் கொண்டுள்ளது. மாணவ ஆசிரமம், இல்லற (கிரகஸ்தா) ஆசிரமம், வானப்பிரஸ்த ஆசிரமம், சந்நியாச ஆசிரமம். இதில் மாணவ

ஆசிரமத்தை சங்கரர் முடித்துவிட்டார். அடுத்து ஏற்க வேண்டிய இல்லற ஆசிரமம். ஆனால் சங்கரர் சந்நியாசதை ஏற்கவே விரும்பினார். இதற்குத் தமது தாயிடம் இருந்து எதிர்ப்பு வரும் என்று அவருக்குத் தெரிந்திருந்தது. அதனால் தகுந்த நேரத்தை எதிர்பார்த்துக் கொண்டிருந்தார். இதனை அறிந்து கொண்ட தாய் சங்கரருக்குத் திருமணம் நடத்தி முடிப்பதற்கான முயற்சியைத் தொடங்கினார். தாயாரின் அனுமதியுடன் எப்படியாவது விரைவில் சந்நியாசம் ஏற்க வேண்டும் என்பதே சங்கரரின் முடிவு.

ஆதிசங்கரர் வரலாற்றை எழுதியவர்கள் முதலையைக் கொண்டு ஓர் அற்புத நிகழ்வைக் குறிப்பிடுகின்றனர். தாயாரோடு சங்கரர் பூர்ணா ஆற்றில் வழக்கம்போல் நீராடிக்கொண்டிருந்தார். அப்போது அவரது ஒரு காலை முதலை கவ்விக் கொண்டது. அவர் தாயாரிடம் என்னைக் காப்பாற்றுவது உனது கையில்தான் இருக்கிறது. இந்தப் பிறவியில் முதலையால் கொல்லப்பட வேண்டும் என்பது விதி. இந்த விதியில் இருந்து விடுபடுவதற்கு, தான் சந்நியாசம் ஏற்க வேண்டும். சாஸ்திரப்படி சந்நியாசம் என்பது மறுபிறவியாகும். அடுத்தப் புதிய பிறவியை எடுத்துக் கொண்டால் முதலை என்னை ஒன்றும் செய்திட முடியாது. உயிரோடு இருந்தால்தான் உனது இறுதிக்காலக் கிரியைகளைச் செய்ய முடியும். சந்நியாசத்தை ஏற்றாலும் உயிர் பிரிகின்ற நேரத்தில் உன்னிடம் வந்து சேருவேன். இறுதிக்காரியங்களைப் பிள்ளை என்ற முறையில் செய்து முடிப்பேன் என்று தாயிடம் உறுதியளித்தார். தாயாரும் இதற்கு ஒப்புக் கொண்டார். பிரைஷ மந்திரத்தை உச்சரித்துச் சங்கரர் சந்நியாசம் ஏற்றார். குரு இல்லாமல் தானே ஏற்கும் இத்தகைய சந்நியாசத்திற்கு ஆபத் சந்நியாசம் என்று பெயர். சங்கரர் முதலை வாயில் இருந்து காலை விடுவித்துக் கரைக்குத் திரும்பினார்.

சந்நியாசம் ஏற்றுக் கொண்டவர்களுக்கு அக்னி கார்யம் செய்யும் அதிகாரம் கிடையாது. மரபுக்கு மாறாக ஆதிசங்கரர் தமது தாயாருக்காக இறுதி காரியம் செய்வதற்கு உரிய காலத்தில் வருவதாக வாக்குக் கொடுத்துள்ளார்.

ஆபத் சந்நியாசம் செய்து கொண்டாலும் சங்கரர் குருவின் மூலம் சந்நியாச தீட்சை பெறுவதற்காக நர்மதா ஆற்றின் கரையில் தவம் செய்து கொண்டிருந்த கோவிந்த பகவத் பாதரை சந்திப்பதற்குக் காலடியைவிட்டுக் கிளம்பினார். அவ்வாறு

செல்லும்போது துங்கா நதி இடையில் காணப்பட்டது. சுற்றிலும் நிறைய மரங்கள் அடர்ந்து இருந்தன. நீராட ஆற்றை நோக்கி நடந்தார். அப்போது அவர் அதிசயக் காட்சியைக் கண்டார்.

கடும் வெயிலின் தகிப்பில் வருந்திய நிறைமாத கர்ப்பிணியான தவளைக்கு ஒரு பாம்பு படமெடுத்து நிழல் கொடுத்துக் கொண்டிருந்தது. இதனைக் கண்டு வியந்தவண்ணம் ஆற்றை நோக்கிச் சென்று கொண்டிருந்த சங்கரர் மற்றொரு அதிசயத்தையும் கண்டார்.

ஒரு பசுவும் புலியும் ஆற்றில் அருகருகே நீர் அருந்திக் கொண்டிருந்தன. எதிரெதிர் குணம் கொண்ட உயிரினங்கள் இங்கே முரண்படாமல் அன்புடன் காணப்படுகிறது என்றால் இங்கே யாரோ ஒரு மகான் தவம் செய்து கொண்டிருக்க வேண்டும். அத்தகைய தவவலிமையே இப்படிப்பட்ட ஆன்மநேயச் சூழலுக்குக் காரணம் என்று சங்கரர் நினைத்தார். அதே நினைவில் ஆற்றில் நீராடிவிட்டு அருகில் தென்பட்ட வீட்டையடைந்து தவமுனிவரைப் பற்றி விசாரித்தார்.

"தற்போது எந்த முனிவரும் இங்கே தவம் செய்யவில்லை. ஆனால் பல ஆண்டுகளுக்கு முன்பு ரிஷ்யசிருங்கர் என்கிற முனிவர் இங்கே தவம் செய்ததாகக் கூறுவர். அதனால் இந்தப் பகுதி சிருங்கேரி என்று பெயர் பெற்றது" என்ற தகவலைக் கேட்டறிந்தார்.

ரிஷ்யசிருங்கர் வாழ்ந்து பல ஆயிரம் ஆண்டுகள் கடந்த பின்பும் அவரது ஆன்மநேய அதிர்வலைகள் இன்னும் நிலவியதால் முரண்பாடான உயிரினங்கள் அன்போடு இணைந்திருக்கின்றன என்பதைச் சங்கரர் அறிந்து கொண்டார். எதிர்காலத்தில் இங்கே தென்திசைக்கான மடம் ஒன்றை அமைத்திட வேண்டும் என்று உறுதியேற்றார். அந்த உறுதியேற்பின் விளைவே இன்றைய சிருங்கேரி மடம்.

சிருங்கேரி மடம் இன்று இருப்பது வரலாற்றுச் சான்றுதான். ஆனால் அங்கே நிலவிய ஆன்மநேயச் சூழலைப் பற்றிக் கூறியது ஆதிசங்கரரின் அத்வைத சித்தாந்தத்திற்கு முரணாகக் காட்சியளிக்கிறது. மாறுகின்ற எவையும் உண்மையல்ல மாறாத பிரம்மமே உண்மை என்கிற முடிவுக்கு வந்த ஆதிசங்கரர் இன்பம், துன்பம் ஆகியவற்றைப் போக்க முடியாது என்று கூறிச் சம்சாரத்திலிருந்து விடுபட்டு முக்திக்கு அழைத்த ஆதி சங்கரர்,

இத்தகைய ஆன்மநேயச் சூழலின் பலத்தை ஏன் ஏற்காமல் போனார் என்ற கேள்வி எழத்தான் செய்யும். ஆன்மநேயச் சூழல் உலகில் அமைதியை உருவாக்கும் என்பது உண்மையனால் இன்பம், துன்பம் போன்ற இருமைகளை ஒதுக்கி, சம்சாரத்தில் இருந்து விடுபடுகிற அத்வைத சித்தாந்தத்தை ஏன் போதிக்க வேண்டும்?.

ஆதிசங்கரரின் ஜீவ-பிரம்ம ஐக்கியத்தை விவரிக்கிற அத்வைத சித்தாந்தத்திற்கு முரணாகவே இந்நிகழ்வுகள் அவரது வாழ்க்கை வரலாற்றில் இடம் பெற்றுள்ளன. மாறும் தன்மையுடையவை அனைத்தும் உண்மையல்ல என்கிற மாயைக் கோட்பாட்டிற்கு எதிராகவே இது காணப்படுகிறது.

நர்மதை ஆற்றைச் சங்கரர் அடைந்த போதும் இதுபோன்ற அற்புதம் நிகழ்ந்ததாகப் பதிவு செய்யப்பட்டுள்ளது. இந்த அற்புதங்கள் சங்கரரின் சக்தியைக் குருவுக்குக் காட்டுவதற்காகக் கூறப்பட்டதாகத் தெரிகிறது. அதேபோல் சிறுவயதில் தமது அன்னைக்காக ஆற்றின் திசையை மாற்றியதாகவும் கூறப்படுகிறது. இந்த அற்புதங்களை நிகழ்த்த முடியும் என்றால் சம்சாரத்தில் இருந்து விடுபட வேண்டும் என்று கூறுவதற்குப் பதில் சம்சாரத்தில் ஏற்படும் பாதகங்களை அற்புதங்களின் மூலம் சாதகமாக்கித் தந்துவிடலாமே. சம்சாரத்தை விடுத்து முக்திப் பாதைக்கு அழைத்திட வேண்டிய தேவை ஏற்பட்டிருக்காதே. ரிஷ்யசிருங்கர் போன்ற ரிஷிகளை உருவாக்கினாலேயே போதுமே!. இதுபோன்ற கேள்விகள் எழத்தான் செய்கின்றன.

நர்மதை ஆற்றங்கரையில் குருவின் இருப்பிடத்தை ஆதிசங்கரர் அருகில் இருந்தவர்களிடம் கேட்டார். அவர்கள் ஒரு குகையைக் காட்டி அதில் ஒரு மகான் சமாதி நிலையில் அமர்ந்துள்ளார், அவர் நீங்கள் தேடிவந்த குருவாக இருக்கலாம் என்று கூறினர்.

அக்குகை மிகவும் குறுகலாவும் இருட்டாகவும் காணப்பட்டது. சங்கரர் மூன்று முறை குகையை வலம்வந்து குருவிற்கு சுலோகத்தால் வணக்கம் செலுத்தினார். எதற்கும் இதுவரை திறவாத கோவிந்தரின் கண்கள் சங்கரரின் ஸ்தோத்திரத்திற்குப் பணிந்து திறந்தன. தாம் எதிர்பார்த்த சீடர் வந்துவிட்டதாகக் கோவிந்தர் கருதி **"யார் நீ?"** என்று கேட்டார். இந்தக் கேள்விக்குப் பதிலாகப் பொதுவாக எவரும் தமது பெயரை அல்லது தமது பெயரையும் ஊரையும் சேர்த்துக் கூறுவர். ஆனால் சீடனாகும்

தகுதியை உணர்த்தும் பொருட்டு சங்கரர் பத்து சுலோகத்தால் பதில் அளித்தார். கர்ம நிலையைக் கடந்து ஞான நிலையை அடைந்ததைக் காட்டும்விதமாக இந்தப் பத்து பாடலும் அமைந்துள்ளன.

"யார் நீ?" என்று கேட்டதற்குக் கர்மநிலையைப் பின்பற்றுபவன் தனது பெயரையே கூறுவான். இதற்கு மாறாக ஞானநிலையை அடைந்தவன் இகலோக இருமைகளைக் கடந்த ஒருமை நிலையாகவே தன்னைக் கருதுவான்.

அத்வைதத்தை அறிந்திடும் தகுதிபெற்ற சீடனாகத் தன்னைக் காட்டிக் கொள்ளும் வகையில் பத்து சுலோகங்கள் பாடினார். இது **"தச சுலோகீ"** என்ற தனி ஸ்தோத்திரப் பாடலாகக் கிடைக்கிறது.

ஒவ்வொரு பாடலின் இறுதியும் "ஆத்மாவை மறைத்துக்கொண்டு தானே ஆத்மா போல் தோற்றம் கொடுக்கும் அநாத்மாவை விலக்கி விட்டால் மீதமிருக்கும் உண்மையே நான்" என்று ஜீவ-பிரம்ம ஐக்கியத்தை உணர்த்தும் வகையில் அமைந்துள்ளது.

கோவிந்த பகவத் பாதர் தமது சீடராகச் சங்கரரை ஏற்றுக் கொண்டு மகா வாக்கியங்களைச் சங்கரருக்கு உபதேசித்தார்.

முன்பே தனக்குத்தானே தீட்சை பெற்ற சங்கரர் இப்போது குருவின் மூலமாகத் தீட்சைப் பெற்றுத் தலைமுடியைக் களைந்து, கஷாயம் உடுத்தித் துறவை மேற்கொண்டார். இனி சங்கரரை ஆதிசங்கரர் என்று அழைப்போம். ஆதிசங்கரருக்குப் பிறகு பல சங்கரர்கள் மடத்தின் தலைமையை ஏற்றுள்ளதால் பெயர்க் குழப்பத்தைத் தவிர்ப்பதற்குச் சங்கரர் ஆதிசங்கரர் என்று அழைக்கப்படுகிறார்.

குருவுடன் சீடராகச் சிலகாலம் ஆதிசங்கரர் தங்கினார். பின்பு குருவின் விருப்பத்திற்கு இணங்க பிரம்ம சூத்திரத்திற்கு விளக்கவுரை (பாஷியம்) எழுதுவதற்குக் காசிக்குச் சென்றார். எல்லா சித்தாந்தவாதிகளும் விவாதிக்கும் இடமாகக் காசி விளங்கியதால் அங்கு சென்று பிற சித்தாந்தவாதிகளுடன் வாதம் செய்து அத்வைதத்தைப் பரப்புவதற்குக் காசியே சிறந்த இடம் என்பதனால் ஆதிசங்கரர் காசிக்கு அனுப்பட்டார்

காசியில் உள்ள விசுவநாதர் கோயிலுக்கு அருகில் மணிகர்ணிகா என்னும் இடத்தில் ஆதிசங்கரர் வசிக்கலானார். முக்தி மண்டபத்தில் நாள்தோறும் உபந்நியாசம் நிகழ்த்தினார்.

பலநாட்டுப் பண்டிதர்கள் அவரது உபந்நியாசத்தைக் கேட்டனர். அவரது போதனையில் கவரப்பட்டுப் பலபேர் ஆதிசங்கரின் சீடரானார்கள். அச்சீடர்கள் தாம் கற்ற அத்வைத சித்தாந்தத்தைத் தமது ஊருக்குச் சென்று உபதேசித்தனர். ஆதிசங்கரரது அத்வைதம் என்கிற வேதாந்தம் நாடெங்கும் பரவத் தொடங்கியது.

இங்கே வசிக்கின்ற காலகட்டத்தில் பாதராயணர் எழுதிய பிரம்ம சூத்திரம், பத்து உபநிடதங்கள், கண்ணன் எழுதிய கீதை ஆகியவற்றுக்கு விளக்கவுரை எழுதினார். இந்த மூன்று நூல்களே பிரஸ்தான திரயம் என்று அழைகப்படுகிறது. இந்த விளக்க உரைகள், அத்வைத சித்தாந்தாந்த்தின் விளக்கமாகவும் பிற சித்தாந்தவாதிகளின் கருத்துகளுக்கு எதிர்வாதமாகவும் அமைந்துள்ளது. பிரஸ்தான திரயத்திற்கு எழுதிய விளக்கவுரையுடன் பல பிரகரண நூல்களையும் ஸ்தோத்திர நூல்களையும் எழுதினார். இவை அனைத்தும் அத்வைதத்தை விவரிப்பதாக இருக்கிறது.

ஒரு நாள் கங்கையில் வழக்கம்போல் நீராடிவிட்டுத் தமது சீடருடன் விசுவநாதர் கோயிலுக்குச் செல்வதற்காக ஆதிசங்கரர் காசி நகரின் குறுகலான சந்தில் சென்று கொண்டிருந்தார். நான்கு நாய்களுடனும் தோளில் கள்ளுக் கலயத்துடனும் ஒரு புலையன் அப்போது எதிர்பட்டான். உடனே ஆதிசங்கரர் "போ, போ, விலகிப்போ" என்று குரல் கொடுத்தார். அதற்கு அப்புலையன் "ஜீவ-பிரம்ம ஐக்கியத்தைப் போதிக்கும் அத்வைத துறவியே, எதை விலகச் சொல்கிறீர். உணவால் உண்டான இந்த உடலையா? அல்லது எனது உடலின் உள்ளிருக்கும் ஞான ஒளியான ஆத்மாவையா?" என்று கேட்டார்.

இந்த உடம்பைப் பற்றிய நினைப்பை விடுத்து அனைவரிடத்தும் இருக்கும் ஆத்மாவே பரமாத்மா என்பதுதானே அத்வைத போதனை. அப்படியிருக்க உங்களது உடலின் அருகில் இருந்து எனது உடல் விலகிப்போக வேண்டும் என்று சொல்வதின் பொருள் என்ன? உங்களது உடலுக்குள் இருக்கும் ஞான ஒளியான ஆத்மாவும் எனது உடலுக்குள் இருக்கும் ஆத்மாவும் ஒன்றுதானே அப்படியிருக்க எப்படி விலகிச் செல்ல முடியும்.

இதனைக் கேட்ட ஆதிசங்கரர் புலையனின் காலடியில் வீழ்ந்து வணங்கினார். இந்த நிகழ்வை "மநீஷா பஞ்சகம்" என்ற ஐந்து பாடல்களில் அவர் பதிந்துள்ளார். அத்வைத நிலையில் புலையனுக்கும் அந்தணனுக்கு வேறுபாடு கிடையாது என்பதையே

இந்த ஐந்து பாடல் விவரிக்கிறது. அத்வைதத்தின் அடிப்படையாக இந்த ஐந்து பாடல்கள் அமைந்துள்ளதால் இங்கே அதனை முழுமையாகப் பார்ப்போம்.

- விழிப்பிலும் கனவிலும் உறக்கத்திலும் எந்தத் தூய உணர்வு தெளிவாக வெளிப்படுகிறதோ, பிரபஞ்சத்தின் சாட்சியாக எது பிரம்மா முதல் எறும்பு வரை அனைத்து உடல்களிலும் ஊடுருவியுள்ளதோ அதுதான் நான். நான் காணப்படும் பொருள் அல்ல என்று எவருக்கு உறுதியான ஞானம் இருக்கிறதோ அவன் சண்டாளனாக இருந்தாலும் சரி அல்லது பிராமணனாக இருந்தாலும் சரி அவனே என் குரு என்பது என்னுடைய உறுதியான நம்பிக்கை. (1)

- நான் பிரம்மம் தான். இந்தப் பிரபஞ்சம் முழுவதும் பிரம்மம்தான். தூய உணர்வுதான் இந்தப் பிரபஞ்சமாக விரிந்துள்ளது. சத்வம், ரஜஸ், தமஸ் மற்றும் அறியாமையினால் நான் பொருட்களைப் பிரம்மம் அல்லாததாகக் கருதுகிறேன். ஒன்றும் மீதமில்லாமல் அனைத்தும் என் கற்பனையே. பேரானந்தமான அழிவில்லாத தூய வடிவான பிரம்மம்தான் எங்கும் நிறைந்துள்ளது என்று எவனுக்கு உறுதியான ஞானம் உள்ளதோ அவன் சண்டாளனாக இருந்தாலும் சரி அல்லது பிராமணனாக இருந்தாலும் சரி அவன் என் குரு என்பது என்னுடைய உறுதியான நம்பிக்கை. (2)

- குருவின் உபதேசத்தின் மூலம் இந்தப் பிரபஞ்சம் எப்பொழுதும் அழியக்கூடியது என்று உறுதி பெற்றுக் கொண்டு, சஞ்சலமில்லாத தூய்மையான மனதுடன் இடைவெளியில்லாத பிரம்மத்தைத் தியானிப்பதால் கடந்தகால, வருங்காலக் கர்மங்களையும் மற்றும் பாவச் செயல்களையும் தூய உணர்வான நெருப்பில் எரித்துவிட்டு, இந்த உடல் பிராரப்த கர்மத்தினிடம் ஒப்படைக்கப்படுகிறது. இதுதான் என்னுடைய உறுதியான நம்பிக்கை, (3)

- எந்தத் தூய உணர்வு, மிருகம், மனிதன் மற்றும் தேவர்களால் நான் என்று அகத்தில் தெளிவாக உணரப்படுகிறதோ, எதன் பிரகாசத்தினால் ஜட இயல்பைக்கொண்ட மனம், புலன்கள், உடல், விஷங்கள் இவையனைத்தும் விளங்குகின்றனவோ, சூரியன் மேகங்களால் மறைக்கப்படுவது போல, காணப்படும் பொருட்களினால் அந்தத் தூய உணர்வு மறைக்கப்படுகிறது. அந்தத் தூய உணர்வை எப்பொழுதும் தியானம் செய்து கொண்டு யோகி அமைதியான மனதை அடைகிறார். அவர் என் குரு என்பது என்னுடைய உறுதியான நம்பிக்கை. (4)

- எந்தப் பேரானந்தக் கடலின் சிறு துளியினால் கூட இந்திரன் போன்ற தேவர்கள் திருப்தி அடைகிறார்களோ, முற்றிலும் அமைதியான மனதை அடைந்து முனிவர்கள் நிறைவு பெறுகிறார்களோ, அந்த அழிவற்ற பேரானந்தக் கடலில் ஒன்றுபட்டவர் பிரம்மத்தை உணர்ந்தவர் மட்டுமல்லாமல் பிரம்மமே ஆவார். அவர் யாராக இருந்தாலும் சரி இந்திரனால் பூஜிக்கப்பட வேண்டிய பாதங்களை உடையவர் என்பது என்னுடைய நிச்சயமான உறுதியான நம்பிக்கை, (5)

இந்தப் பாடல்களைப் படிக்கும்போது சாதியை ஆதி சங்கரர் மறுத்துள்ளார், இதனைப் பின்னால் வந்த அத்வைதிகள் மறைத்துவிட்டனர் என்பதாகப் பலபேர் கூறுகின்றனர். இது தவறான கருத்தாகும். ஐந்து பாடலும் அத்வைத நிலையைப் பற்றிப் பேசுகிறதே தவிர வியவகார உலகைப் பற்றியல்ல. வியவகார உலகில் வர்ணாஸ்ரமம் (சாதி) உண்டு என்பதை ஆதி சங்கரர் ஏற்றுள்ளார். அவரது படைப்புளைப் பற்றிப் பார்க்கும் இடத்தில் இதனைச் சற்று விரிவாகக் காணலாம். ஆனால் இந்தப் பாடலில் ஜீவ-பிரம்ம ஐக்கியத்தில் எவருக்கு உறுதியான ஞானம் இருக்கிறதோ அவர் சண்டாளனாக இருந்தாலும் சரி அல்லது பிராமணனாக இருந்தாலும் சரி அவனே என் குரு என்பது என்னுடைய உறுதியான நம்பிக்கை. அதாவது அத்வைத குருவாகச் சண்டாளனாகவோ, பிராம்மணனாகவோ, யாராகவோ இருந்தாலும் அவரை அத்வைத குருவாக ஏற்கிறேன் என்பதை வெளிப்பாடையாக ஆதிசங்கரர் கூறியுள்ளார்.

நாட்டின் பிற இடங்களுக்குச் சென்று அத்வைதத்தைப் பரப்ப ஆதிசங்கரர் எண்ணினார். இந்த நிகழ்வே திக்விஜயம் என்று கூறப்படுகிறது.

முதலில் பூர்வமீமாம்சைக் கோட்பாட்டை வெற்றி கொள்ள வேண்டும் என்று குமரிலபட்டரைச் சந்திக்க முடிவெடுத்தார். அன்று நாட்டில் பூர்வ மீமாம்சைக் கோட்பாடே அதிகமானவர்களால் பின்பற்றப்பட்டுவந்தது. இந்தப் பூர்வமீமாம்சையும் வேதத்துடன் தொடர்புடையதே. வேதத் தொகுப்பில் பூர்வமீமாம்சை உத்ரமீமாம்சை என்ற இரண்டு பிரிவுகள் உண்டு. பூர்வமீமாம்சையைக் கர்மகாண்டம் என்றும் உத்ரமீமாம்சையை ஞானகாண்டம் என்று அழைப்பர். பூர்வமீமாம்சை சடங்குகளுக்கே முதன்மையிடம் கொடுக்கிறது.

சடங்குகளைத் தவிர்த்த, கடவுள் இருக்கிறாரா? இல்லையா?

என்ற விசாரணை தேவையற்றது, வேதத்தில் விதித்திருக்கும் சடங்குகளைத் தவறாமல் செய்ய வேண்டும். அச்சடங்குகளின் மூலம் நற்பலன்களைப் பெற்று வாழவேண்டும். இந்தச் சடங்கினால் பெறப்படும் பலனுக்குக் கடவுள் எந்த வகையிலும் காரணமாக மாட்டார். இதுவே பூர்வ மீமாம்சையர்களின் கருத்தாகும்.

உண்மையில் வேதசம்கிதையில் இருந்து ஒரு மதம் உருவானால் அது பூர்வ மீமாம்சையாகத்தான் உருவெடுக்கும். சிலை வழிபாட்டையும் லிங்க வழிபாட்டையும் வேத சம்கிதை மறுக்கிறது. வட்டார மக்களிடம் காணப்பட்ட சிலை வழிபாட்டை உள்வாங்கிக் கொண்டு அக்னி வழிபாட்டையும் இழக்காமல் புதிய மதமாக இன்றைய வைதீக மதம் (இந்து மதம்) காட்சியளிக்கிறது. வேத சம்கிதையில் லிங்க வழிபாடு காணப்படவில்லை. சிஷ்ன தேவன் என்று இழிவுபடுத்தப்பட்டுள்ளது. ஆனால் சிந்துவெளி நாகரிகத்தில் காணப்படும் சிவனுக்கு முந்தைய வடிவத்தின் (Proto Siva) தொடர்ச்சியான சிவனைத் தற்போதைய வைதீக மதத்தில் காணலாம்.

ஆதிசங்கரர் பூர்வ மீமாம்சையைப் பின்பற்றும் குமாரிலபட்டரைச் சந்தித்து பிரஸ்தானதிரியத்திற்குத் தாம் எழுதிய அத்வைத வழியிலான விளக்கவுரையை அவரிடம் எடுத்துரைத்து, அவரை ஞானவழியை ஏற்கும்படி செய்ய வேண்டும். இது இந்தத் திக் விஜயத்தின் நோக்கம்.

குமாரிலபட்டரை நெருங்குவதற்கு முன் ஆதி சங்கரருக்கு ஒரு செய்தி கிடைத்தது. குமாரிலபட்டர் துஷாக்கினி பிரவேசம் செய்ய இருக்கிறார் என்பதே அச்செய்தி. துஷம் என்றால் தவிடு, இந்தத் தவிடால் உடல் முழுமைக்கும் மூடி, தீயிட்டுக் கொண்டு சிறுகச்சிறுகக் கருகி, உயிர் போகும்படி செய்வதற்கே துஷாக்கினி பிரவேசம் என்று பெயர். தாம் செய்த தவறான செயலுக்குத் தண்டனையாக உயிர்விடுவதற்கே துஷாக்கினி பிரவேசம் செய்வர்.

குமாரிலபட்டர் செய்த தண்டனைக்குரிய பாவம் என்ன வென்றால், "வஞ்சனையாகத் தன்னை ஒரு பௌத்தன் என்று சொல்லிக் கொண்டு பௌத்த ஆசிரியர்களிடம் கற்றுப் பிறகு அவர்களுடைய சாத்திரக் கொள்கைகளை மறுத்து ஒழித்தது" (சங்கரர் - டி.எம்.பி.மகாதேவன், நேஷனல் புக் டிரஸ்ட், பக்கம்-31) ஆகும்.

குமாரிலபட்டர் இவ்வாறு செய்ததற்குக் காரணமாக **"சித்திர**

ஆதி சங்கரர்" என்ற நூல் கூறுவது:-

"புத்த மதத்தவர்களுக்கு வேத கர்மங்கள் கிடையாது. ஆதியில் அவர்களது கருத்துக்களை வெல்ல எண்ணிய இந்தக் குமாரில பட்டர் பௌத்தகனாக மாறுவேஷம் பூண்டார். அவ்வாறு செய்து பௌத்தர்களுடனேயே வசித்தால்தான் அவர்களது கருத்துக்களை ஏற்பதுபோல் நடித்துப் பிறகு அவற்றை எதிர் வாதத்தால் முறிக்கலாம் என்றெண்ணினார். அவ்விதமே பௌத்தராக வேஷம் போட்டு அம் மதக்கொள்கைகள் முழுவதையும் கற்றுக் கொண்டார். பிற்பாடு வேத கர்மங்கள் அவசியம் என்பதை நிலைநாட்டும்போது இக்கர்மங்களை விலக்கும் புத்த மதத்தை ஆணித்தரமாகக் கண்டித்தார். கடைசியில் ஒருநாள் அவருக்கு வருத்தம் உண்டாயிற்று. அடடா! என்னைத் தங்களில் ஒருவனாக எண்ணி அந்தப் பௌத்தர்கள் பேணிக் காத்தனரே! தங்களது மர்மக் கருத்துக்களைப் போதித்தனரே! இவர்களிடம் வேஷம் போட்டு வஞ்சனை செய்துவிட்டேனே" என்று பச்சாதாபம் கொண்டார், **"இதற்கு சாஸ்திரம் கூறும் ஒரே பிராயச்சித்தம் 'துஷாக்னிப் பிரவேசம்' தான்".**

(சித்திர ஆதி சங்கரர், காஞ்சி மட இணையதளம்)

பிராயச்சித்தமாக துஷாக்னிப் பிரவேசம் செய்கின்ற இந்த இக்கட்டான நிலையில்தான் ஆதிசங்கரர் குமாரிலபட்டரை நேரில் சந்தித்தார். உடல் முழுதும் வெந்து கொண்டிருக்கும்போது குமாரிலபட்டர் ஆதிசங்கரரைக் கண்டு மகிழ்ச்சி கொண்டார். ஆதி சங்கரர் தமது அத்வைத விளக்கத்தை (பாஷியத்தை) அவருக்குப் படித்துக் காட்டினார். இதனைக் கேட்ட குமாரிலபட்டர் ஆதி சங்கரரைப் பாராட்டினார். இந்த அத்வைத சித்தாந்தத்தை நாடுமுழுதும் பரப்பவேண்டும், உயிரை விடும் தறுவாயில் உள்ள தம்மால் ஏதும் செய்திட முடியாது. தனது சீடனான மண்டனமிச்ரரைச் சந்தித்து அவரிடம் வாதம் புரிந்து அவரை அத்வைதத் தத்துவத்தை ஏற்கும்படி செய்ய வேண்டும். அவரைக் கொண்டு அத்வைதத்தைப் பரப்புங்கள் என்று குமாரிலபட்டர் ஆதிசங்கரரிடம் கூறினார்.

ஞானவழியே முக்திக்கு வழிவகுப்பதாகும். ஞானத்தை ஏற்பதற்கான மனத்தூய்மையை (சித்த சுத்தியை) வேத கர்மங்களைக் கடைபிடிப்பதனால் ஏற்படலாம். ஆனால் வேத கர்மங்களைச் செய்வதனால் முக்தி ஏற்படாது. இதுவே

அத்வைதத் தத்துவத்தின் முடிபாகும். அதனால் கர்ம வழியைப் பின்பற்றுபவர்களை ஞான வழிக்குக் கொண்டு வருவதற்காக ஆதி சங்கரர் பூர்வ மீமாம்சகர்களை வாதில் வெல்ல நினைத்தார்.

மண்டனமிச்ரரைச் சந்திப்பதற்காக மாகிஷ்மிதி நகரை நோக்கிச் சென்றார். மண்டனமிச்ரர் வாதத்திற்கு ஒப்புக் கொண்டார். அதற்கு அவரது மனைவி சரஸவாணி நடுவராகத் தெரிவு செய்யப்பட்டார். வாதத்தில் மண்டனமிசரர் தோற்றால் துறவறம் ஏற்று ஆதிசங்கரின் கொள்கையான அத்வைதத்தைப் பின்பற்ற வேண்டும். அவ்வாறு இல்லாமல் ஆதிசங்கரர் தோற்றால் பூர்வ மீமாம்சத்தை ஏற்றுக் கொண்டு மண்டனமிச்ரர் வழியில் இல்லறத்தை ஏற்க வேண்டும்.

ஞானமே முக்திக்கு வழிவகுக்கும் என்று சாஸ்திரம், உக்தி, அனுபவங்கள் ஆகியவற்றால் ஆதிசங்கரர் தமது கொள்கையை விளக்கினார். ஆதிசங்கரரின் முன் தனது வாதம் தோற்றதை ஒப்புக் கொண்டு மண்டனமிச்ரர் ஞானவழியை ஏற்கத் தயாரானார். நடுவராக இருந்த சரஸவாணி தம் கணவர் துறவியாகித் தம்மை விட்டுப் பிரிவதை ஏற்றுக்கொள்ள முடியாமல் தவித்தார். முடிவாக அவர் கூறினார், "எனது கணவர் தோற்றது உண்மையே, கணவனும் மனைவியும் ஈருடல் என்றாலும் ஒருயிரே, அதனால் கணவனின் பாதியாகிய என்னையும் நீங்கள் வெற்றி பெற்றால்தான் முழுமையான வெற்றியைப் பெற்றதாகக் கருதமுடியும்" என்று கூறித் தன்னுடன் வாதிடுவதற்கு ஆதிசங்கரரை அழைத்தார்.

சகல கலையிலும் வல்லவரான சரஸவாணியுடன் வாதிட ஆதி சங்கரர் ஒப்புக் கொண்டார். ஆதி சங்கரர் எட்டு வயதிலேயே துறவை ஏற்றவர். காமக்கலையின் நுட்பமோ, அனுபவமோ அவருக்கு ஏற்பட்டிருக்காது. இதனைத் தெரிந்தே ஆண்- பெண் உறவுபற்றிய கேள்விகளைச் சரஸவாணி கேட்டார். அதற்கு ஆதி சங்கரர் சிறிது காலம் அவகாசம் கொடுத்தால் காமக்கலையில் தேர்ச்சி பெற்றுப் பதிலளிப்பதாகக் கூறினார். ஒரு மாதம் அவகாசம் கொடுக்கப்பட்டது.

சீடருடன் ஆதி சங்கரர் அங்கிருந்து புறப்பட்டார். செல்லும் வழியில் ஒரு நாட்டைக் கடக்கும்போது அந்நாட்டு மன்னனான அமாருகன் இறந்துவிட்ட சேதி கிடைத்தது. கூட வந்த சீடரிடம் ஆதி சங்கரர் கூறினார்:-

"நூறு அழகிய இளம் பெண்களை மனைவிகளாகக் கொண்ட இம்மன்னனின் உடலில் யோக சக்தியால் நான் நுழைந்து,

அவனுடைய உடல் மூலம் இப்பெண்களோடு வாழ்ந்து காமக்கலையில் தேர்ச்சி பெற்றுவர எண்ணுகிறேன். அதன் மூலம சர்வக்ஞ பீடம் ஏறுவதற்கு நான் தகுதி பெற்றவன் ஆவேன். அது மட்டுமின்றிக் காமவயப்பட்ட பெண்களின் நடத்தையைப் பற்றி நேரில் அறிந்து கொண்டு ஸரஸவானியின் கேள்விகளுக்குப் பதில் சொல்ல முடியும்"

(ஜகத்குரு ஸ்ரீ ஆதி சங்கரர்- ஆர்.பி.வி.எஸ்.மணியன் - பக்கம் -123)

இவ்வாறு தான் கூறியது போலவே மன்னன் அமாருகன் உடலில் புகுந்து காமக்கலைக் கேள்விக்கான பதிலை அறிந்து ஆதிசங்கரர் சரஸவாணியை வெற்றி பெற்றார். இப்படி வாதிட்டு வென்ற வரலாறாக சங்கர விஜயம் என்ற நூல் இந்தக் கதையையே கூறுகின்றது.

வாதில் வென்றவரின் கொள்கையைத் தோற்றவர் பின்பற்ற வேண்டும் என்பது எந்த வகையிலான தர்க்கம் என்று தெரியவில்லை.

காமக்கலையை அறியாத ஆதிசங்கரர் தோற்றவராக அறிவிக்கப்படாமல் அதனைக் கற்று வருவதற்கு அவகாசம் கொடுக்கப்பட்டதாகவே கதையில் கூறப்பட்டுள்ளது. அதேபோல் வாதத்தில் ஒருவர் தோற்றார் என்றால் அவர் வெற்றி பெறுவதற்கு அவகாசம் தேவைப்படுகிறது என்பதுதான் உண்மையாக இருக்க முடியும். ஒருவர் ஒரு தத்துவத்தை ஏற்பது என்பது தானே எடுத்த முடிபாகத்தான் இருக்க வேண்டும். அப்போதுதான் அதனை அவர் கடைப்பிடிக்க முடியும், அதாவது செயற்படுத்த முடியும். தோற்ற ஒரே காரணத்திற்காக ஒரு புதிய கோட்பாட்டைக் கடைப்பிடிப்பது என்பது திணிக்கப்பட்ட ஒன்றாகத்தான் இருக்க வேண்டுமே ஒழிய, அதில் அவர் சிறந்தவராக விளங்க முடியாது. அதுமட்டுமல்லாது ஆதிசங்கரர் தமது விளக்கவுரையிலும் (பாஷியத்திலும்) பிரகரண வேதாந்த நூல்களிலும் பிற சித்தாந்தங்களைக் கூறி அவற்றை விமர்சித்து, பிறகு அத்வைத சித்தாந்தத்தை நிலைநிறுத்தியுள்ளார். அதில் எங்கேயும் வாதில் வெற்றி பெற்றதாகக் கூறப்படவில்லை. இவ்வகையில் அவரது நூல்களுக்கு மாறாகச் சங்கர விஜயம் எழுதப்பட்டுள்ளதாகக் கருத வேண்டியுள்ளது.

ஆதிசங்கரரின் வாழ்வில் அவரது எழுத்துக்களைத் தவிர அறிய வேண்டியது என்னவென்பதை "சித்திர ஆதிசங்கரர்" நூல் தெளிவாக வெளிப்படுத்தியுள்ளது.

"கடவுளிடம் உண்மையான அன்பு செலுத்துவதே பக்தி. உண்மையான அன்பு யாதெனில், அந்தக் கடவுளேதான் எல்லாமும், எனவே அவனை வழிபடும் நானும் கூட அவனேதான் என்பதை உணர்ந்து, அன்பினால் அவனின்றித்தானில்லாமல் கரைந்து ஒன்றாகி விடுவதுதான். ஆனால் சங்கரின் காலத்திலிருந்த பக்தி இவ்வாறு அத்வைத ஞானத்தோடு இணைந்ததாக இருக்கவில்லை. பல்வேறு தெய்வங்களும் ஒரே கடவுள் எடுத்துக்கொள்ளும் பல வடிவங்கள்தான் என்பதை மறந்து-அவரவரும் தான் வழிபடுகிற தெய்வமே மற்ற தெய்வங்களைவிட உயர்ந்தது என்று வாதப்போர் செய்து வந்தனர். இது போதாது என்று அன்பே வடிவான கடவுளின் உக்கிர ரூபங்களைப் பலர் வழி பட்டு, அதற்காகக் தாங்களும் மிகப் பயங்கரமான வழிபாட்டு முறைகளை மேற்கொண்டனர். கர்ம. ஞான வழிகளைச் செம்மைசெய்த சங்கரர்-அன்பு மயமான ஆண்டவன் வழி பாட்டில் புகுந்துவிட்ட அச்சமூட்டுகிற, அருவருப்பூட்டுகின்ற அம்சங்களை விலக்கிக்கொண்டு நாட்டில் அருள்மாரியாகச் சஞ்சரித்து வந்தார்".

(சித்திர ஆதி சங்கரர்- காஞ்சி மடத்தின் இணையதளம்)

அடுத்து அறிய வேண்டியது அவர் நான்கு திசையில் ஏற்படுத்திய மடங்களாகும். வடக்கு திசையில் பத்ரி என்ற இடத்தில் தோடகாசர்யார் அவர்களைத் தலைவராகக் கொண்ட ஜியோதி பீடம், கிழக்கு திசையில் பூரி என்ற இடத்தில் பத்மபாதர் அவர்களைத் தலைவராகக் கொண்ட கோவர்தன பீடம், தெற்கு திசையில் சிருங்கேரி என்ற இடத்தில் சுரேச்வரர் அவர்களைத் தலைவராகக் கொண்ட சாரதா பீடம், மேற்கு திசையில் துவாரகை என்ற இடத்தில் அஸ்தாமலகர் அவர்களைத் தலைவராகக் கொண்ட துவாரகா பீடம்.

நான்கு வேதங்களை விளக்குவதற்கு நான்கு மடங்களை அதிசங்கரர் அமைத்தார் என்று கூறுவது வழக்கம். ரிக் வேதத்திற்குரிய மடம் கோவர்தன பீடம் (பூரி). இம்மடத்திற்கு உரிய மகாவாக்கியம் ஐத்ரேய உபநிடதத்தில் உள்ள "ப்ரஜ்ஞானம் பிரம்ம" என்பதாகும். யசூர் வேதத்திற்கு உரிய மடம் சாரதா பீடம் (சிருங்கேரி). இம்மடத்திற்கு உரிய மகாவாக்கியம் பிருகதாரண்ய உபநிடத்தில் உள்ள "அகம் பிரம்மாஸ்மி". சாம வேதத்திற்கு உரிய மடம் துவாரகா பீடம் (துவாரகை). இம்மடத்திற்கு உரிய

மகாவாக்கியம் சாந்தோக்கிய உபநிடத்தில் உள்ள "தத்துவம்மசி". அதர்வண வேதத்திற்கு உரிய மடம் ஜியோதி பீடம் (பத்ரி). இம்மடத்திற்கு உரிய மகாவாக்கியம் மாண்டூக்கிய உபநிடத்தில் உள்ள "அயம் ஆத்மா பிரமம்".

வாதத்தில் தோற்ற மண்டனமிச்ரர் துறவறம் ஏற்று, சுரேச்வரர் என்ற பெயரைப் பெற்று சங்கரரின் சீடரானார். சிருங்கேரியில் ஆதிசங்கரர் அமைத்த மடத்திற்குச் சுரேச்வரரையே தலைவராக நியமித்தார்.

ஆதிசங்கரரின் தாயார் மரணப்படுகையில் வீழ்ந்தார். ஒப்புக் கொண்டதிற்கு ஏற்ப அவர் காலடிக்குச் சென்றார். தாயாரின் இறுதிக் காரியங்களைச் செய்து முடித்தார். பிறகு நாடு முழுதும் சென்று மக்களிடம் அத்வைத வேதாந்தத்தைப் பரப்பும் பணியைத் தொடர்ந்தார். இமாலயத்திற்குச் சென்று கேதாரத்தில் இயற்கை எய்தினார்.

2. ஆதி சங்கரரின் அத்வைதம்

அத்வைதம் முக்திக்கான வழியைக் கூறுகிறது. முக்தி என்றால் விடுதலை. எதிலிருந்து விடுதலை என்றால் இந்த மாயையான உலகிலிருந்து விடுதலை. இந்த மாயை உலகில் என்ன சிக்கல்?, ஏன் விடுதலை பெற வேண்டும்?.

இந்த உலகில் மனிதன் வாழ்கிற சம்சாரம் என்பது ஒரு தொடர்ச்சி, அது ஒரு துன்பமயமான தொடர்ச்சி. பிறப்பு, இறப்பு மீண்டும் பிறப்பு எனத் துன்பமயமான தொடர்ச்சியில் இருந்து விடுதலை பெறவேண்டும் என்று அத்வைதம் கூறுகிறது.

மனிதன் தனது சொந்த நிலையை அறியாது போனதால் இந்தத் துன்பங்கள் ஏற்படுகின்றன. இந்த உடலை **"தான்"** என்று தவறாக நினைக்கும் போக்கில் இருந்து விடுபட்டு ஆத்மாவே **"தான்"** என்பதையும் அந்த ஆத்மாவே பரமாத்மா என்பதையும் உணர வேண்டும். இதனை அத்வைதம் ஜீவ-பிரம்ம ஐக்கியம் என்கிறது. முக்தி நிலை என்பது ஜீவ-பிரம்ம ஐக்கிய நிலையை உணர்தலே ஆகும்.

"தத்துவ மசி" என்கிற உபநிடத மகாவாக்கியம் இதனையே வலியுறுத்துகிறது. **"தத்துவ மசி"** என்றால் **"அது நீயே"** என்பது பொருள் ஆகும். அது என்பது பிரம்மத்தைக் குறிக்கும். **"அத்வைதம்"** (இருமையல்ல) என்கிற சொல் இந்த ஆத்மாவே பிரம்மம் என்பதைக் குறிக்கிறது. ஆத்மா, பரமாத்மா இரண்டும் வெவ்வேறானவை என்கிற கொள்கையை கொண்டது துவைதம். இதற்கு மாறாக ஆத்மாவே பிரம்மம், பிரம்மமே ஆத்மா என்று இருமையை மறுத்து ஒருமையைக் குறிப்பது அத்வைதம்.

சம்சார பந்தம்

பிறந்தது முதல் இறக்கும்வரை மனிதன் மகிழ்ச்சியை நாடுகிறான். குழந்தையாக இருக்கும்போது எது கிடைத்தாலும் மகிழ்ச்சியே. ஆனால் இந்த மகிழ்ச்சி இறக்கும்வரைத் தொடர்கிறதா என்பது கேள்விக்குறியே.

பள்ளியில் சேர்ந்ததும் உடனிருக்கும் குழந்தையுடன் சேர்ந்தது மகிழ்ச்சியே. சிறுகச்சிறுக இந்த மகிழ்ச்சி குறைகிறது. தமக்கான படிப்பாக இல்லாமல் சமூகத்திற்காகவும் பெற்றோர்களுக்காகவும் உரிய படிப்பாக மாறும்போது சலிப்பும் வெறுப்பும் ஏற்படுகின்றன. கல்லூரிக்குப் போனால் எல்லாம் சரியாகிவிடும் என்று நினைக்க வைக்கிறது. ஆனால் கல்லூரியை அடைந்தவுடன் கல்லூரியைவிட பள்ளியே மேல் என்று தோன்றுகிறது.

சம்பாதிக்கத் தொடங்கி மனைவி மக்களுடன் மகிழ்ச்சியாக வாழலாம் என்று நினைப்பு வருகிறது. ஆனால் குடும்பப் பொறுப்பை முழுமையாக நிறைவேற்றப் போதுமான பணம் இல்லாதபோதும் பாதுகாப்பற்ற சூழ்நிலையைச் சந்திக்கும் போதும் கல்லூரி வாழ்க்கை இதைவிடச் சுகமானதாக நினைக்கப் படுகிறது. சரி, பிள்ளைகளை வளர்த்து அவர்களுக்குத் திருமணம் செய்து முடித்தவுடன் சுதந்திரமாக இருக்கலாம் என்றால் சேர்த்து வைத்த சொத்தால் குடும்பத்திற்குள்ளேயே பிணக்கு ஏற்படுகிறது. துக்கமும் மனப் பதட்டமும்தான் மிஞ்சுகின்றன. சரி இறந்தால் எல்லாம் சரியாகிவிடும் என்று நினைத்தால் சேர்த்து வைத்த வினைகள் அடுத்த பிறவியை ஏற்படுத்துகின்றன.

நல்ல குணம் உள்ளவர் கஷ்டங்களையே சந்தித்து வருவதையும் குணக்கேடுடையவர் வாழ்வில் எல்லாம் கிடைத்து மகிழ்ச்சியாக வாழ்வதையும் உலகில் பார்க்க முடிகிறது. இதற்குக் காரணம் முற்பிறவியில் அவர் செய்த புண்ணிய - பாவங்களே என்கிறது ஆன்மீகம். கஷ்டப்படுபவர் போன பிறவியில் செய்த பாவங்களே இந்தப் பிறவியில் கஷ்டத்தை ஏற்படுத்துகிறது. இப்பிறப்பில் குணக்கேடுடன் இருந்தாலும் போன பிறவியில் புண்ணியம் செய்ததனால் இப்போது அவர் மகிழ்வாய் இருக்கிறார். சேர்த்து வைத்துள்ள புண்ணிய பாவங்களை மாறி மாறிக் கழிப்பதற்கே பிறவிகள் தோன்றுவதாக மறுபிறவிக் கோட்பாடு கூறுகிறது.

கர்மங்களின் தொடர்ச்சியே பிறவி. பிறப்பதும் இறப்பதும், இறப்பதும் பிறப்பதும் என்ற தொடர்ச்சியையே சம்சாரம் என்கிறது வேதாந்தம். மனிதனின் இறுதிக்குறிக்கோள் முக்தி என்பதாகவே அனைத்து வேதாந்தங்களும் கூறுகின்றன. அதன் வழிமுறைகள் வேறுபடுகின்றன. வேதாந்தத்தினுடைய ஆன்மீகம் மூன்று வகைகளில் காணப்படுகிறது.

1) "நான் உன்னுடையவன்"
2) "இறைவன் என்னுடையவன்"
3) "நானே அவன்"

முதலாவது துவைதம், இரண்டாவது விசிட்டாத்வைதம், மூன்றாவது அத்வைதம். இன்னும் பல வேதாந்தப் பிரிவுகள் இருக்கின்றன. முதன்மையானதாக இந்த மூன்றைக் குறிப்பிடுவது மரபு.

ஆதியிலே இறைவன் உலகத்தைப் படைத்தார். ஜீவன்களைப் படைத்ததும் இறைவனே. எல்லைகளற்ற இறைவனே பரமாத்மா. எல்லைகளுக்குட்பட்ட ஜீவன் ஜீவாத்மா. இரண்டும் வேறுவேறு என்று இந்த சித்தாந்தம் கூறுவதால் இதற்கு துவைதம் அதாவது **"இரண்டானது"** என்று பெயர். ஜீவாத்மா தமக்கு வேண்டியதைப் பரமாத்மாவிடம் வேண்டிக் கொள்ளச் சொல்கிறது துவைதம். விசிட்டாத்வைதம் இரண்டு என்பதை ஏற்றுக்கொள்கிறது, ஆனால் ஜீவாத்மாவில் பரமாத்மா அந்தர்யாமியாய் (உடனாய்) உறைகிறார். இந்தப் பரமாத்மா ஜீவனுடன் உறைவதனால் ஜீவன் செய்கின்ற பாப, புண்ணியங்களுக்குப் பரமாத்மா சாட்சியாக மட்டுமே இருக்கிறார். பக்தியைவிட பிரபக்தியையே விசிட்டாத்வைதம் முன்னிறுத்துகிறது. தமக்கு எது வேண்டும் என்பதை பரமாத்மாவே தீர்மானிக்கட்டும் என்று ஜீவன் விட்டுவிடுகிறது. ஜீவாத்மா பரமாத்மாவிடம் சரணடைந்துத் தமக்கு எது வேண்டுமோ அதனை அந்த பரமாத்மாவே தீர்மானிக்கட்டும் என்று ஜீவாத்மா பரமாத்மாவிடம் சரணடைகிறது. இந்த அந்தர்யாமி மற்றும் பிரபக்தி விசிட்டாத்வைதத்தின் சிறப்பில்புகளாகும்.

அத்வைதம் பரமாத்மா, ஜீவாத்மா என்கிற இரட்டையை மறுக்கிறது, அதனால்தான் இந்த சித்தாந்தம் அத்வைதம் அதாவது இரண்டல்ல என்று பெயர் பெற்றுள்ளது. இருப்பது ஒன்றுதான் அது பரமாத்மாவான பிரம்மமே, பிரம்மம் சத்தியம் ஜகத் மித் என்பதே அத்வைதத்தின் சித்தாந்தம்.

ஜீவாத்மா, பரமாத்மா என்கிற இரட்டைச் சித்தாந்தத்தைவிட, பிரம்மம் மட்டுமே உண்மை என்று தமது அத்வைத சித்தாந்தமே சம்சாரத்தில் இருந்து விடுபடுவதற்குச் சிறந்த வழிகாட்டி என்கிறார் ஆதிசங்கரர். இவர் தமது சித்தாந்தத்தைப் பல்வேறு சிறிய, மற்றும் பெரிய நூல்களாக எழுதியுள்ளார் மற்றும் உபநிடதம், பிரம்ம சூத்திரம், பகவத்கீதை ஆகியவற்றுக்கு எழுதிய விளக்கவுரை (பாஷியம்) மூலம் அத்வைத சித்தாந்தத்தை நிலைநிறுத்துகிறார். இவற்றின் அறிமுகத்தையும் சாரத்தையும் இறுதியில் உள்ள இரண்டாம் பகுதியில் காண்போம்

இங்கே பரபக்கமாக அத்வைத சித்தாந்தம் விவரிக்கப்படுகிறது. அதாவது ஆதிசங்கரரின் கருத்துக்களை அவர் விவரிக்கும் முறையில் தொகுத்தத் தரப்படுகிறது. அத்வைதத்தை ஆதிசங்கரர் எவ்வாறு விளக்குகிறார் என்பதை அடுத்துப் பார்ப்போம்.

அதற்கு முதலில் ஆதிசங்கரர் கூறுகிற சாதன சதுஷ்டயம் என்பதை அறிந்து கொள்ள வேண்டும். சாதன சதுஷ்டயம் என்றால் நான்கு உறுப்புகள் அல்லது நான்கு கருவிகள் என்று பொருள் ஆகும்.

முதலாவது நித்தியப் பொருள், அநித்தியப் பொருள் ஆகியவற்றை அறிகிற அறிவு. நித்திய என்றால் நிலைத்த என்று பொருள், எது நிலைத்த பொருள், எது நிலையற்ற பொருள் என்பதைப் பிரித்து அறிவது முதலாவது.

இரண்டாவது வைராக்கியம். இவ்வுலகம், மறுவுலகம் அகியவற்றை அனுபவிப்பதில் ஈடுபாடில்லாமல் இருக்கும் பற்றற்ற நிலையே வைராக்கியம். அதாவது இந்த உலகத்திலுள்ள பொருட்களின் மூலம் கிடைக்கிற இன்பம், துன்பமாக இருந்தாலும் சரி, சொர்க்கம் நரகம் போன்ற புற உலகத்தில் கிடைக்கும் இன்பம் துன்பமாக இருந்தாலும் சரி அனைத்தின் மீதும் ஈடுபாடு செலுத்தாமல் பற்றற்ற நிலையினை அடைவதே வைராக்கியம்.

மூன்றாவது ஷட் சம்பந்தி. அதாவது ஆறு பண்பு நலன்கள். இதில் ஆறு விசயங்கள் பேசப்படுகின்றன. இந்த ஆறு விசங்களைப் பார்த்துவிட்டுப் பிறகு நான்கு உறுப்புகளில் உள்ள நான்காவதைப் பார்ப்போம்

1. சமம், 2. தமம், 3. உபரதி, 4. திதிக்ஷா, 5. சிரத்தை, 6. சமாதானம் என்கிற இந்த ஆறையும் சேர்த்தே ஷட்சம்பந்தி என்று

கூறப்படுகிறது. இந்த சொற்களைக் கண்டு மிரளத் தேவையில்லை. இது சமஸ்கிருதச் சொற்கள். அதனால் நமக்குப் உடனடியாகப் புரியவில்லை, இதில் உள்ள சிரத்தை என்பது ஓரளவுக்குக் கேட்ட சொல்லாக இருக்கலாம்.

ஒவ்வொரு சொல்லின் விளக்கத்தைப் பார்ப்போம்.

1. சமம் என்றால் மன அடக்கம். புறவுலக ஆசைகளை மனதில் அடக்குதல் மன அடக்கம். அதாவது புறத்தில் இருக்கும் பொருட்களின்மீது ஆசை கொள்ளாது, மனதை அடக்கிக் கொள்ளுதல் மனவடக்கம்.

2. உபரதி என்றால் அவரவருக்கு விதிக்கப்பட்ட சுயதர்மத்தை அதாவது பிறப்பால் விதிக்கப்பட்ட கடமையைத் தவறாது செய்வது ஆகும்.

3. தமம் என்றால் புலனடக்கம். புறவுலகில் ஈடுபடாமல் ஐம்புலன்களை அடக்குதல் புலனடக்கம் ஆகும். ஐம்புலன்களின் மூலமே புறவுலகம் அறியப்படுகிறது, அவ்வாறு அறிவதினாலேயே ஆசை தோன்றுகிறது. ஆசையை அடக்க வேண்டும் என்றால் ஐம்புலன்களை அடக்க வேண்டும்.

4. திதிக்ஷா என்றால் குளிர்-வெப்பம், இன்பம்-துன்பம், விருப்பு-வெறுப்பு போன்ற இரட்டைகளைப் பொறுத்துக் கொள்ளுதல். இந்த இரட்டைகள் ஒன்றுக்கொன்று எதிரிடையான தன்மை கொண்டவை, இந்த இரட்டைத் தன்மையைச் சமமாக மதிக்க வேண்டும், அதனைப் பொறுத்துக் கொள்ள வேண்டும். இதுதான் திதிக்ஷா. பணக்காரன்-ஏழை என்கிற இரட்டையையும் இதில் நாம் சேர்த்துக் கொள்ளலாம். குளிர்-வெப்பம், இன்பம்-துன்பம் போன்றவற்றைப் பொறுத்துக் கொள்வது போல பணக்காரன்-ஏழை என்பதையும் பொறுத்துக்கொள்ள வேண்டும் என்று கூறப்படுவதினால் பணக்காரன்-ஏழை என்பதையும் சேர்த்துக் கொள்ளலாம்.

5. சிரத்தை என்றால் நம்பிக்கை கொள்ளுதல். வேதாந்தத்தின் மீது நம்பிக்கைக் கொள்ளுதல், இதனை உபதேசிக்கிற குருவினிடம் நம்பிக்கைக் கொள்ளுதல் சிரத்தை ஆகும். சிரத்தையோடு இருத்தல் என்றால் நம்பிக்கையோடு இருத்தல் என்று பொருளாகும்.

6. சமாதானம் என்றால் மனதை ஒருமுகப்படுத்துதல். மனதையும் புலன்களையும் அடக்கி ஒருமுகப்படுத்துதல்

சமாதானம். இந்த ஆறையும் சேர்த்ததே ஷட் சம்பந்தி அதாவது ஆறு பண்பு நலன்கள் என்று அழைக்கப்படுகிறது.

சாதன சதுஷ்டயம் அதாவது நான்கு உறுப்புகளில் மூன்றைப் பார்த்துவிட்டோம் இறுதியான நான்காவது மோட்சத்தில் விருப்பம். மோட்சத்தில் விருப்பம் கொள்ளுதல் என்றால் உலக வாழ்க்கையில் ஆசைகொள்ளாது முக்தி அடைய வேண்டும் என்பதில் விருப்பம் கொள்ளுதல்.

இந்த நான்கையும் கடைப்பிடிப்பது அத்வைதத்தின் அடிப்படைக் கொள்கை ஆகும். இதுவரைப் பார்த்ததில் சிலவற்றைச் சற்று விரிவாகப் பார்ப்போம்.

நித்திய அநித்திய விவேகம்

சம்சாரம் என்கிற சொல் குறிப்பாக உலக வாழ்வையே குறிக்கிறது. மனிதன் பிறந்தது முதல் இறக்கும் வரை இன்பத்தை நாடியும் துன்பத்தைத் தடுப்பதற்கும் போராடுகிறான். ஆனால் இறுதிவரையில் அதனை நிறைவேற்ற முடியவில்லை என்பதனால் வெறுப்படைகிறான். இந்த உலக வாழ்க்கையில் தாம் விரும்பும் பொருள்மீது மனித மனதிற்கு ஆசை ஏற்படுகிறது அல்லது வெறுப்பு ஏற்படுகிறது. இந்த இரண்டையும் தவிர வேறு எதுவும் கிட்டுவதில்லை. இன்பம் - துன்பம், நன்மை - தீமை, சுகம் - துக்கம் இவையே விருப்பையும் வெறுப்பையும் தோற்றுவிக்கின்றன. ஒருவன் தனக்குச் சுகத்தை தரும் பொருளையே இன்பம் என்றும் அந்த இன்பத்தையே சுகம் என்று கருதுகிறான். அதேபோல் துன்பம் ஏற்படுத்துவதைத் தீமையாகக் கருதி அதன் மீது வெறுப்படைகிறான்.

இந்த வெறுப்பிற்குக் காரணம் "மனது" என்கிறது அத்வைதம். மனிதன் செய்கின்ற செயல்கள் அனைத்தும் மனதில்தான் தோன்றுகின்றன. மனமே செயல்களின் தொடக்கம். உலகில் காணப்படும் பொருட்களில் மனிதன் விரும்பியது கிடைத்தபோது மனம் மகிழ்ச்சி கொள்கிறது, தம்மிடம் அது நிலைக்காதபோது மனம் வெறுப்படைகிறது. அதேபோல நாம் விரும்பாதது நடைபெறும் போது வெறுப்பு ஏற்படுகிறது. ஆக விரும்பியதை இழப்பதிலும் விரும்பாதது கிடைப்பதிலும் மனம் வெறுப்படைகிறது. இதற்குக் காரணமாக அத்வைதத்தில் கூறப்படுவது என்னவென்றால் மனமானது உறுதியற்ற பொருளையே நாடி வாடுகிறது. மனமே அளவற்ற துக்கத்தைக் கொண்ட சம்சார பந்தத்தில் ஆழ்த்துகிறது.

"ஆத்மா அல்லாததை ஆத்மாவாக எண்ணுவதே மனிதனுக்கு சம்சார பந்தம் தோன்றுகிறது. இதுவும் மனதினால் மட்டுமே கற்பிக்கப்பட்டதாகும். ராஜோ குணம் தமோ குணம் ஆகிய இரண்டாலும் பாதிக்கப்பட்ட விவேகமல்லாதர்களுக்கு பிறவு முதலான துக்கங்கள் ஏற்படுவதற்கு இதுவே காரணம்".

(விவேகசூடாமணி-181)

நித்திய, அநித்தியப் பொருள் எது?

துக்கத்தை ஏற்படுத்தும் மனதின் மாறுபாட்டுக்குக் காரணம் உலக வெளிப்பொருட்களே ஆகும். வெளிப் பொருள்களின் தொடர்பால் ஏற்படுகிற எண்ணங்கள் மனம், புத்தி, அகங்காரம், சித்தம் ஆகியவற்றைத் தோற்றுவிக்கின்றன. ஒரு பொருள் இப்படிப்பட்டதா? அப்படிப்பட்டதா? என்று எண்ணுவது மனம், பொருளை நிச்சயிப்பது புத்தி, இவ்வுடல் முதலியவற்றில் நான் என்று விருப்பம் கொள்வது அகங்காரம், தான் விரும்பிய பொருளைப் பற்றியே சிந்தித்து நினைவில் வைத்துக் கொள்வது சித்தம் என்று **"விவேக சூடாமணி"** கூறுகிறது.

"எண்ணங்களின் தன்மைக்கு ஏற்ப அந்தக்கரணமானது மனது என்றும் புத்தி என்றும் அகங்காரம் என்றும் சித்தம் என்றும் தன்னுடைய செயலுக்குத் தக்கவாறு வெவ்வேறு பெயரால் கூறப்படுகிறது. ஒரு பொருளைப் பற்றி - இப்படிப்பட்டதா அல்லது மாறானதா என்று எண்ணுவதால் மனது, ஒரு பொருள் இப்படிப்பட்டது என்று நிச்சயிக்கும் குணத்தால் புத்தி, இவ்வுடல் முதலியவற்றில் நான் என்று அபிமானத்தால் அகங்காரம், தனக்குப் பிரியமான பொருளைத் தொடர்ந்து சிந்தித்து ஞாபகத்தில் வைக்கும் குணத்தால் சித்தம் என்று கூறுவர்".

(விவேக சூடாமணி - 93 - 94)

மனம், புத்தி, அகங்காரம், சித்தம் ஆகியவற்றால் ஏற்படும் துக்கம் இந்த ஸ்தூல உடலுக்கே தவிர உள்ளிருக்கும் ஆத்மாவிற்குக் கிடையாது. இதனை அறியாது நிலையற்ற வெளிப் பொருட்களினால் பிறப்பு-இறப்பு, இன்பம்-துன்பம், சுகம்-துக்கம் வேறுபட்ட தன்மையுடன் மனிதன் தன்னை இணைத்துக் கொண்டுள்ளான். நிலையில்லா வெளிப்பொருளை விடுத்து, நிலையான மாறுதலற்றதும் உள்ளே இருப்பதுமான ஆத்மாவே "நான்" என்பதை மனிதன் உணர வேண்டும். அப்போதுதான் சம்கார பந்தத்தில் இருந்து விடுதலை கிடைக்கும்.

மனிதனது மகிழ்ச்சி உண்மையில் அகத்திலேதான் ஏற்படுகிறது. அந்த அகம் ஏற்கெனவே ஆனந்தத்தில்தான் இருக்கிறது, இதனை அறிந்து கொள்ளும் திறம் இருந்தும் வெளிப் பொருட்களில் மகிழ்ச்சியைத் தேடி அலைகிறது. ஈர்க்கும் இந்த வெளிப்பொருட்கள் நிறைவான மகிழ்வைத் தராது என்பதை அறிந்து தம்முள்ளே உறங்கிக் கொண்டிருக்கும் திறமையைத் தட்டி எழுப்பி மேலே கொண்டுவர வேண்டும். அதற்கான விசாரணையைத் தொடங்க வேண்டும். அந்த விசாரணை எது நிலையற்றது (அநித்தியம்), எது நிலையாது? (நித்யம்) என்ற வகையில் தொடங்குகிறது. நித்தியமானது எது? அநித்தியமானது எது? இதற்கு பதில் ஆத்மா நித்தியமானது அது பிறப்பதும் இல்லை இறப்பதும் இல்லை. உலகில் காணப்படும் வெளிப்பொருட்களே அநித்தியமானவை. இந்தப் பொருட்கள் நிலைத்து நிற்கக்கூடியவை அல்ல, இப்பொருட்கள் தோன்றியதால் அது மடியவும் செய்கிறது. இந்த அழியும் பொருளால் கிடைக்கும் சுக துக்கங்கள் உண்மையானதல்ல. அழியாப் பொருளான ஆத்மா இயல்பிலேயே ஆனந்தமயமானது, உண்மையானது.

"காணப்படுவது, கேட்கப்படுவது அனைத்தும் பிரம்மமே.
ஞானம் அடைந்த பின் சத்-சித்-ஆனந்த அத்வைத
பிரம்மமாகவே ஆகின்றான்".

(ஆத்ம போதம் - 65)

நித்திய-அநித்திய விவேகம் ஆத்மா அனாத்மா விவேகம் என்று அழைக்கப்படுகிறது. நித்தியமானது ஆத்மா, அநித்தயமானது அனாத்மா என்ற அறிவே சம்சாரத்தில் இருந்து விடுவித்து முக்தி அடையச் செய்கிறது.

"கட்டறுத்து வீடுபெற முயற்சிக்கும் கற்றறிந்தோன்
திட்டமுடன் ஆத்மா ஆனாத்மாத் தெளிவுற்று
சத்துசித்து ஆனந்த வடிவிலே தனையறிந்து
நித்தியமாய் அவ்வறிவில் நின்றிடுதல் ஆனந்தம்".

(விவேகசூடாமணி-154)

சம்சாரத்தளையில் இருந்து விடுதலை பெறுவதற்கு ஆத்மாவிற்கும் - அனாத்மாவிற்கும் உள்ள வேறுபாட்டைப் பகுத்தறிய வேண்டும். அப்படி அறிந்தால் மட்டுமே தன்னைச் சத்சித்தானந்த சொரூபனாக அறிந்து ஆனந்தத்தை அனுபவிக்கிறவனாக ஆகமுடியும் என்று விவேகசூடாமணி கூறுகிறது.

ஆத்மாவல்லாததை ஆத்மாவாக நினைப்பதும், ஆத்மாவை

அறியாததுமே சம்சார துக்கத்திற்குக் காரணம் ஆகும். ஆனந்தமயமான ஆத்மாவிற்குத் துக்கம் கிடையாது. சுக துக்கங்களை அனுபவிப்பது ஆத்மா அல்ல என்பதை அறிந்து ஆத்மாவல்லாததில் நாட்டத்தை விடுத்து ஆத்மாவை நாட வேண்டும்.

மனதில் தோன்றும் பற்று, ஆசை, உடலுக்கு ஏற்படும் சுகம், துக்கம் ஆகியவை புத்தி உள்ளபோது மட்டுமே ஏற்படுகின்றன. ஆழ்ந்த உறக்கத்தில் புத்தி செயற்படாதபோது இந்த சுகதுக்கங்கள் என்கிற அலைவுகள் காணப்படுவதில்லை. சுகதுக்கங்கள் உடலைச் சார்ந்த புத்தியைச் சார்ந்தவை, ஆத்மாவைச் சார்ந்தவை அல்ல. இதனை **"ஆத்ம போதம்"** இவ்வாறு கூறுகிறது.

"பற்று, ஆசை, சுகம், துக்கம் எல்லாம் புத்தி இயங்கும் வரை தான் ஏற்படுகின்றன. தூங்கும் போது புத்தி அடங்கிவிடுகிறது. அப்போது அலைவுகள் ஏற்படுவதில்லை, இந்த அலைவுகள் புத்தியைச் சார்ந்தவை, ஆத்மாவை அல்ல".

(ஆத்ம போதம் - 23)

வெளிப் பொருட்களின் மீதுள்ள ஈடுபாடே சுகம், துக்கத்திற்கு ஆதாரமாகிறது. வெளிப்பொருட்கள் நிலையானவை அல்ல. இதன் மூலம் நிலையான சுகம் கிடைக்காது. நிலையற்ற பொருளின் மூலம் நிலையான சுகம் கிடைக்காது.

உலகப்பொருட்களின் நிலையற்றத் தன்மை

"உடல், இந்திரியங்கள், பிராணன், மனம், அகங்காரம் முதலியவைகளும், அனைத்து மாறுபாடுகளும் சப்தம் முதலிய விஷயங்களும் சுகம் முதலியவைகளும் ஆகாயம் முதலான பூதங்கள் அனைத்தும், வெளிப்படாத நிலையிலுள்ள மாயை (அவ்யக்தம்) அனாத்மா ஆகும்".

(விவேகசூடாமணி-124)

உலகில் காணப்படும் ஆத்மாவல்லாத வெளிப் பொருட்களின் மீதுள்ள ஆசைகளே சம்சார பந்தத்திற்குக் காரணமாகும். இந்த வெளிப்பொருள்களை அத்வைதம் வெளி விஷயங்கள் என்றும் கூறுகிறது. இந்த வெளிவிஷயங்களே சம்சார பந்தத்தைக் கட்டுகின்றன. வெளிப்பொருட்கள் எனும்போது இந்த உலகப் படைப்பிற்கு காரணமாகிற மாயையையும் சேர்த்தே ஆதிசங்கரர் கூறுகிறார்.

மனிதன் ஐம்புலன்களால் வெளிப்பொருட்களை அனுபவிக்கிறான்.

இந்த ஐம்புலன்களின் வழியில் பெற்ற வெளிப்பொருட்களே மனிதனைச் சம்சாரத்தில் ஆழ்த்துகின்றன. இந்த ஐம்புலன்களால் ஏற்படும் விளைவுகளை மனிதனல்லாதவற்றின் உதாரணத்தின் மூலம் விளக்குகிறார் ஆதிசங்கரர்.

"மான், யானை, விட்டில்பூச்சி, மீன், வண்டு முதலிய ஐந்தும் தத்தம் முக்கிய குணத்தால் கட்டுண்டவைகளாய்ச் சத்தம் முதலான ஐந்து விஷயங்களில் ஒன்றினாலேயே மரணத்தைத் தழுவுகின்றன. ஐந்து விஷயங்களிலும் ஈர்க்கப்படும் மனிதனின் நிலையினை என்னவென்பது?".

(விவேகசூடாமணி-76)

வேட்டையாடுபவர்கள் எழுப்பும் ஒலியில் மான் மயங்கி அவர்களிடம் அகப்பட்டு அழிகிறது. தொடு உணர்வின் இன்பத்தில் விருப்பம் கொண்ட யானை பழக்கப்பட்ட யானையின் தொடு உணர்ச்சியில் மயங்கி யானை பிடிப்பவர்கள் அமைத்துள்ள பள்ளத்தில் வீழ்ந்துவிடுகிறது. ஒளிரும் வடிவத்தில் மயக்குண்ட விட்டில் பூச்சி, தீச்சுடரால் ஈர்க்கப்பட்டு நெருப்பில் வீழ்ந்து மாய்கிறது. தூண்டிலில் இருக்கும் சிறு இரையின் சுவையை நாடிய மீன் இறுதியில் மனிதனுக்கு உணவாகிப் போகிறது. பூக்களின் உள்ள வாசனையை நாடிய தேனீ, தேனைச் சேகரிக்கிறது, சேகரிக்கப்பட்ட தேனை எடுக்க முனையும் மனிதன் வைத்த நெருப்பில் தேனீக்கள் கூட்டிலேயே மடிகின்றன. ஐந்து புலன்களில் ஒன்றில் பற்று வைத்த இந்த ஐந்து உயிரிகள் மாய்ந்து போயின. ஐந்து புலன்களிலும் ஆசை கொண்ட மனிதனின் நிலை என்னவென்று சொல்ல? என்று விவேகசூடாமணி கேள்வி எழுப்புகிறது. மேலும் அது கூறுகிறது, கருநாகத்தின் விஷத்தைவிட வெளிப் பொருட்கள் கொடியது. விஷமானது உண்பவனைக் கொல்கிறது, வெளிப்பொருட்கள் பார்த்தாலேயே கொன்றுவிடுகின்றன.

இந்தக் கொடிய வெளிப்பொருட்களில் இருந்து விடுபட வேண்டுமானால் தீவிர வைராக்கியம் வேண்டும். வைராக்கியம் பற்றி ஆதிசங்கரர் விவேகசூடாமணியில் இப்படிக் கூறுகிறார்:-

"காண்பதும் கேட்பதும் மனித உடல் தொடங்கி பிரம்ம தேவன் உடல் வரையுள்ள உபாதிகள் மூலம் அனுபவிக்கப்படுவதுமான எல்லா அநித்ய போகங்களையும் விலக்கித் தள்ளும் ஆசை அற்ற நிலைதான் வைராக்கியம்".

(விவேகசூடாமணி- 21)

பிரம்மம் சத்தியம் உலகம் மாயை

அத்வைதத்தில் பன்மைக்கு இடமே இல்லை. இருமையை மட்டுமல்ல, பன்மையையும் அத்வைதம் மறுக்கிறது. இருப்பது ஒன்றே. அது பிரம்மம். இதனைத் தவிர இருப்பது அனைத்தும் மாயை என்பதே அத்வைதத்தின் முடிபாகும்.

உலகின் பிறப்பு, இருப்பு, அழிவு அனைத்தும் மாயை. அத்வைதத்தில் மாயை என்ற சொல் ஒன்றும் இல்லாதது அல்லது சூன்யம் என்று பொருள் கொள்வதில்லை. மாயை என்பதற்கு அத்வைதத்தில் உண்மையல்லாது என்றே பொருளாகும். உலகம் இருக்கிறது, இல்லை, சொல்ல முடியாது என்றுதான் கூறுகிறது. இப்படிப்பட்டது என்று கூறமுடியாத அநிர்வசன உருவமுடையது. அதாவது வசனங்களால் அறிந்து கொள்ள முடியாதது.

"மாயை இருப்புடையதன்று இருப்பில்லாததுமன்று
இருவகைப் பட்டதுமன்று, பகுக்கப்பட்டதாகவோ
பகுக்கப்படாததாகவோ இருவகைப்பட்டதாகவோ அது இல்லை.
உறுப்புகளை உடையதாகவோ, உருவங்களில்லாததாகவோ
இருவகைப்பட்டதாகவோ இல்லை. மிகவும் ஆச்சரியமானது,
இப்படிப்பட்டது என்று கூறமுடியாத உருவமுடையது".

(விவேகசூடாமணி-111)

பிரம்மத்துக்கு வேறான இருப்பு என்பது இந்த மாயைக்குக் கிடையாது. அதனால் அதற்கு இருப்புத்தன்மை இல்லை என்றும் கூறமுடியாது. மாயை காணாத ஒன்றல்ல அதனால் இதனை இல்லை என்றும் கூறமுடியாது.

ஒன்றை இருக்கிறது என்று கூறினால் அது எப்போதும் இருக்க வேண்டும். ஜீவபிரம்ம ஐக்கியம் ஏற்பட்டவுடன் இந்த மாயை மறைந்து போகிறது அதனால் இது இருப்புடையதன்று என்று கூறப்படுகிறது. முயல் கொம்பு போல் இல்லாதது என்று சொல்ல முடியாது, மாயை தோன்றுவதுடன் சம்சாரத்துக்குக் காரணமாகவும் உள்ளது. அதனால் இதனை இருப்பில்லாதது என்று கூறப்படுகிறது. இருப்பு-இல்லாமை என்கிற இரண்டும் நேரெதிர் தன்மையுடையது, ஒரு பொருளில் இந்த இரண்டு தன்மையும் இருக்க முடியாததால் மாயை இருவகைப்பட்டதாகவும் இல்லை என்றும் கூறப்படுகிறது. அதனால் மாயை இப்படிப்பட்டது என்று கூறமுடியாது என்று இப்பாடல் விளக்குகிறது.

உலகமானது பிரம்மத்துக்கு மாறான பொய்த் தோற்றம்

என்கிறது அத்வைதம்.

"உலகிற்கு மாறான இயல்பு உடையது பிரம்மம். பிரம்மத்திற்கு அப்பாற்பட்டதாக வேறு எதுவும் கிடையாது. பிரம்மத்திற்கு வேறாக எது ஒளிர்கிறதோ அது கானல் நீரைப் போன்று பொய்த் தோற்றம்".

(ஆத்ம போதம்- 64)

பிரம்மம் மாறாத தன்மையுடையது. அவித்தையினால் உலகம் தோன்றுகிறது. அவித்தை என்பது அறியாமையாகும். அவித்தை (அறியாமை) தனி மனிதனிடம் உள்ள வாசனைகளாகும், அனைத்து மனிதனிடம் காணப்படும் அவித்தை ஒன்றாகச் சேர்ந்து சமஷ்டி வடிவில் மாயை தோன்றுகிறது. வயஷ்டி என்பது ஜீவனையும், சமஷ்டி என்பது ஈஸ்வரனையும் குறிக்கிறது. பிரம்மம், அவித்தையால் ஜீவனாகிறது, பிரம்மம் மாயை என்ற உபாதியால் ஈஸ்வரனாகிறது.

இந்த மாயைப் படைப்பைப் பற்றி சுவாமி சின்மயானந்தர் கூறுகிறார்:-

"ஒவ்வொரு தனிமனிதனும் தனது அவித்தையின் காரணமாக- மனதினாலேயே - தன்னைச் சுற்றி தனக்கென ஓர் உலகைப் படைத்துக் கொள்கிறான். எல்லா ஜீவர்களுடைய சிருஷ்டிகளுடைய உலகங்கள் ஒன்றாய்ச் சேர்ந்து தான் மொத்தத்திலுள்ள சமஷ்டி பிரபஞ்சம், சமஷ்டி மனம், சமஷ்டி வாசனையினால் (மாயை) தோன்றியதே இந்த உலகம். பிரம்மம்- சமஷ்டி வாசனையினூடே செயல்படும் பொழுது ஈஸ்வரானகிறது. சமஷ்டி மனம் மூலமாக- பிரபஞ்ச சிருஷ்டிக் கர்த்தாவான பிரம்ம தேவனாக ஆகிறது".

(விவேகசூடாமணி I- பக்கம் 234)

மனிதனர்களின் மனதைச் சார்ந்தே உலகம் இருப்பதாக சுவாமி விவேகானந்தர் கூறுகிறார்:-

"உலகம் இருக்கிறது என்று கூறுவதற்கு என்ன பொருள்? இந்த உலகம் இல்லை என்பதன் பொருள் என்ன? உலகத்திற்குத் தனியான இருப்பு இல்லை என்பதன் பொருள் என்ன? உலகத்திற்குத் தனியான இருப்பு இல்லை என்பதுதான். என் மனம். உங்கள் மனம் என்று எல்லோருடைய மனங்களையும் சார்ந்து தான் உலகம் இருக்கிறது".

(ஞான தீபம் 3 - பக்கம் 232)

மாயையில் இருந்தே உலகம் தோன்றுகிறது என்பதை ஆதி

சங்கரர் இவ்வாறு கூறுகிறார்:-

"மாயை என்பது அவ்யக்தம் எனப் பெயருடையது, அநாதியானது, அவித்தை வடிவானது, முக்குண வடிவானது, பரமேஸ்வனுடைய உன்னத சக்தியாக இருப்பது. சிறந்த புத்திமானால் தான் அதனுடைய செயல்களினின்று அது ஊகித்தறியப்படும். அந்த மாயையால் இந்த உலகம் முழுவதும் தோற்றுவிக்கப்படுகிறது".

(விவேகசூடாமணி- பக்கம் 110)

தன்னை மோகித்துக் கொள்ளும் சக்தியே அவ்யக்தம் என்று விவேகசூடாமணி கூறுகிறது. அவ்யக்தம் என்றால் அறியாமை.

"பிரம்மம் சத்தியம் ஜகத் மித்" அதாவது பிரம்மம் மட்டுமே உண்மையானது உலகம் மாயையானது. இருப்பது பிரம்மம் மட்டுமே அது அனைத்துமாக, கானல் நீரைப்போன்று பொய்த் தோற்றத்தைக் கொடுக்கிறது

"இந்தப் பிரபஞ்சம் அனைத்தும் ஆத்ம சொரூபமே, ஆத்மாவைத் தவிர வேறு எதுவும் இல்லை. மண்ணிற்கு வேறாகக் குடம் இல்லை. அது போன்று அனைத்தையும் ஆத்ம சொரூபமாகவே அவன் பார்க்கிறான்".

(ஆத்ம போதம் - 49)

களிமண்ணினாலேயே குடம் செய்யப்படுகிறது. களி மண்ணினாலேயே அதற்கான மூடி செய்யப்படுகிறது. வெவ்வேறாக தோற்றமும் பெயரும் கொண்டிருந்தாலும் அவை களிமண்ணே. இதைப் போலவே பொன்னையும் அத்வைதத்தில் எடுத்துக்காட்டாகக் கூறப்படுகிறது.

பொன்னாலேயே கழுத்து ஆரம், வளையல், தோடு ஆகியவை செய்யப்படுகின்றன. எந்தப் பெயரிட்டு அழைத்தாலும் எந்த வடிவம் கொண்டிருந்தாலும் அனைத்தும் பொன்னே. அதுபோல அனைத்தும் பிரம்மமே என்பது அத்வைதத்தின் கருத்து.

ஜீவ பிரம்ம ஐக்கியம்

பிரம்மம் சத்தியம் உலகம் மாயை. அதாவது பிரம்மம் மட்டுமே உண்மை, உலகம் மாயை. இந்த அறிவைப் பெறும்போது ஜீவாத்மாவும் பரமாத்மாவும் இரண்டல்ல ஒன்று என்ற தெளிவு ஏற்படுவதாக அத்வைதம் கூறுகிறது.

"ஸ்தூல பிரபஞ்சம் இல்லை, சூக்கும பிரபஞ்சமும் இல்லை,

கயிறு-பாம்பு போன்றும், கனவு போன்றும் வெறும் மனக் கற்பனைகள்தான் இவை. உண்மை அல்ல. இவ்வாறு உக்தி வழியில் விசாரணை செய்து, பிரபஞ்சத்தை நீக்கிவிட்டு ஜீவ-பிரம்ம ஒற்றுமையை அறிய வேண்டும்".

(விவேக சூடாமணி - 246)

பிரம்மத்தின் தவறான வெளிப்பாடே ஜீவன், ஈஸ்வரன். ஜீவனும், ஈஸ்வரனும் எவ்வாறு தோன்றுகிறது என்பதை **"தத்துவபோதம்"** *என்கிற நூல் சிறப்பாக விளக்குகிறது.*

"அறியாமை உபாதியோடு கூடிய ஆத்மா ஜீவன் எனப்படுகிறான்.
மாயை உபாதியோடு கூடிய (ஆத்மா) ஈஸ்வரன் எனப்படுகிறான்.
இவ்வாறு உபாதி வேற்றுமையினால் ஜீவ-பிரம்ம வேறுபாட்டுப் பார்வை எதுவரையிலும் உள்ளதோ அதுவரை பிறப்பு இறப்பு முதலான வடிவமுடைய 'சம்சாரம்' நீங்காது.
ஆகவே ஜீவ-பிரம்ம வேறுபாட்டுப் புத்தியை விட்டுவிட வேண்டும்".

(தத்துவபோதம்- 9 ஜீவ-பிரம்ம ஐக்கியம்)

ஆத்மாவும் பரமாத்மாவும் வெவ்வேறானது என்பதை விட்டுவிட்டால்தான் சம்சாரம் என்கிற துன்பக்கடலில் இருந்து விடுதலை (முக்தி) கிட்டும் என்கிறது அத்வைதம்.

சம்சாரத்தில் இருந்து விடுதலை - முக்தி

சம்சாரத்தில் இருந்து விடுதலை என்றவுடன் அது ஒரு புதிய உயர்ந்த நிலையை அடைவது பற்றி அத்வைதம் கூறவில்லை. அந்த உயர்ந்த நிலையில் இருப்பது அறியாமல் தடுக்கப்பட்டுள்ளது, தடை நீங்கிய உடன் தடுக்கப்படவில்லை என்பது அறியப்படுகிறது, அவ்வளவுதான். விழாவிற்குச் செல்வதற்காக ஒரு பெண் தன்னிடம் உள்ள கழுத்தில் அணிய, பொன் ஆரத்தை எடுத்து வைத்திருந்தாள். கழுத்தில் அதை அணிந்து கொண்டதை அறியாமல் தேடிக் கொண்டிருக்கிறாள். பக்கத்தில் உள்ளவர்கள் அது கழுத்தில்தானே இருக்கிறது என்று சுட்டிக்காட்டியவுடன் அந்தப்பெண் நகை கிடைத்ததாக மகிழ்ச்சி அடைகிறாள். உண்மையில் அது தொலைந்து போகவில்லை. அறியாமையினால் அறியாது இருந்தாள். அறியாமை நீங்கிய உடன் நகை இருப்பதை அறிந்து மகிழ்கிறாள். இந்த மகிழ்ச்சி என்பது எதையும் இழந்ததை மீட்டுக் கொண்டதால் ஏற்பட்டதல்ல, அறியாது போனதால் கிடைத்தது.

அதுபோல ஆத்மா என்பது அடையப்பட்டதுதான், ஆனால் அறியாமையினால் அடையப்படாதது போல் தோன்றுகிறது. ஆத்மா தோன்றவும் இல்லை, மறையவும் இல்லை. பிரம்மத் தன்மை இழந்தது உணரப்பட்டது. உண்மையில் பிரம்மம் மட்டுமே இருக்கிறது மற்றது அனைத்தும் மாயை என்கிற பொய்த் தோற்றமே ஆகும்.

"ஆத்மா எப்போதும் அடையப்பட்டதே, எனினும் அஞ்ஞானத்தினால் அடையப்படாதது போல் அதன் அழிவில், எவ்வாறு தனது கழுத்தில் உள்ள நகை போல் அடையப்பட்டது போல் பிரகாசிக்கிறது".

(ஆத்மா போதம் - 45)

சம்சாரத்தில் இருந்து விடுதலை என்பது ஞானத்தால் மட்டுமே முடியும். அந்த ஞானத்தைப் பெறுவதற்கான மனத்தூய்மை மட்டுமே கர்மம் அளிக்கும். ஞானத்தை பெறுவதற்கான மனப்பக்குவத்தையே கர்மம் உருவாக்கும். ஞானமே முக்திக்கு வழிவகுக்கும். கர்மம் என்றால் செயல், செயல்படுவது கர்ம யோகம். செயலைத் துறத்தல் ஞான யோகம். சமைப்பதற்குப் பாத்திரம், அரிசி, மளிகைப் பொருள் ஆகியவை தேவை. ஆனால் நெருப்பு இன்றி சமைக்க முடியாது. அதுபோன்று ஞானம் இல்லாது முக்தி கிடையாது. கர்ம யோகத்தால் முக்தி அடைய முடியாது, ஞான யோகத்தினால் தான் முக்தி கிட்டும்.

"சமையல் செய்வதற்கு நெருப்பு இன்றியமையாத சாதனம். அதுபோன்று ஞானம் ஒன்றே முக்திக்கு நேரடியான சாதனம். ஞானம் இன்றேல் முக்தியை அடைய முடியாது".

(ஆத்ம போதம்-3)

ஞான யோகமே முக்திக்கு வழிகாட்டும் என்பதே அத்வைதத்தின் கருத்தாகும். கர்ம யோகம் என்பது அறியாமையின் வெளிப்பாடு, அறியாமை முக்திக்கு வழிகாட்ட முடியாது என்பதே அத்வைதத்தின் முடிபாகும்.

இவ்வாறு அத்வைதம் சம்சாரத்தில் இருந்து விடுபட்டு முக்திக்கு வழிகாட்டுகிறது.

✦•✦

3. இயக்கவியல் பொருள்முதல்வாதம்

உலகத்தில் உள்ள தத்துவங்கள் இரண்டு பெரும் பிரிவாகப் பிரிந்துள்ளன. ஒன்று கருத்துமுதல்வாதம் *(Idealism)* மற்றொன்று பொருள்முதல்வாதம் *(Materialism)*. மார்க்சியத் தத்துவம் பொருள்முதல்வாதப் பிரிவைச் சேர்ந்தது ஆகும். இந்த இயக்கவியல் பொருள்முதல்வாதத்தை காரல் மார்க்ஸ் படைத்தார். இவருக்கு முன்பே பழைய தத்துவங்களில் பொருள்முதல்வாதக் கூறுகள் காணப்பட்டாலும் மார்க்சின் பொருள்முதல்வாதம் வளர்ச்சி அடைந்துள்ள விஞ்ஞானத்தை இணைத்து வளர்ந்துள்ளது.

இந்தியாவில்கூட பொருள்முதல்வாதக் கூறுகளைக் கொண்ட தத்துவங்கள் நிறைய இருக்கின்றன. பூதவாதம், உலகாயதம், சாங்கியம், வைசேஷிகம் போன்றவற்றைக் குறிப்பாகச் சொல்லலாம்.

இங்கே பொருள்முதல்வாதத்தைப் பற்றி விரிவாகப் பார்க்கப் போவதில்லை, பொருள்முதல்வாத அணுகுமுறையைப் புரிந்து கொள்வதற்குத் தேவையானதை மட்டும் சுட்டிக்காட்டுவதோடு நிறுத்திக் கொள்வோம்.

பல்வேறு ஆய்வு முறைமையியல் *(Research Methodology)* இருக்கின்றது. அதில் ஒன்று மார்க்சிய ஆய்வுமுறைமையியலான *(Marxist Methodology)* இயக்கவியல் பொருள்முதல்வாதம்.

மார்க்சியத் தத்துவமான இயக்கவியல் பொருள்முதல்வாதம் இரண்டு உட்பிரிவுகளைக் கொண்டுள்ளது. முதல் பிரிவு இயற்கையைப் பற்றி ஆராய்கிறது. அதனால் இதனை இயற்கைவியல் பொருள்முதல்வாதம் என்று கூறலாம். மற்றொன்று வரலாற்றையும் சமூகத்தையும் பற்றி ஆராய்கிறது. இது வரலாற்றியல் பொருள்முதல்வாதம் *(Historical Materialism)*

என்று கூறப்படுகிறது.

முதல் பிரிவு இயற்கையைப் பற்றி ஆராய்ந்தாலும் விலங்கில் இருந்து மனிதன் எங்ஙனம் தோன்றினான், அவ்வாறு தோன்றும்போது அவனுக்கு எப்படி உணர்வுநிலை (*Consciousness*) ஏற்படுகிறது என்பதை விளக்குகிறது. இதனை வரலாற்றியல் பொருள்முதல்வாதம் தனிமனித உணர்வுநிலை, சமூக உணர்வுநிலை ஆகியவற்றை விரிவாக ஆராய்கிறது.

கருத்துமுதல்வாதமாக இருந்தாலும் பொருள்முதல்வாதமாக இருந்தாலும் இரண்டுக்கும் உணர்வுநிலையை முதன்மைப்படுத்துகிறது. ஆனால் கருத்துமுதல்வாதம் உணர்வுநிலையில் இருந்து தொடங்குகிறது. பொருள்முதல்வாதம் உணர்வுநிலை எவ்வாறு தோன்றியது என்பதில் இருந்து தொடங்குகிறது.

கருத்துமுதல்வாதம் உணர்வுநிலையில் இருந்து சிந்தனைகள் தோன்றுவதாகக் கருதுகிறது. பொருள்முதல்வாதம் சிந்தனையின் அதாவது உணர்வுநிலையின் தோற்றத்தை ஆராய்கிறது. அதன் மூலம் உணர்வுநிலை, சிந்தனை, கருத்து, தத்துவம் ஆகியவற்றை ஆராய்கிறது.

வாழ்நிலைக்கும் சிந்தனைக்கும் இடையே உள்ள தொடர்பை விளக்குவதுதான் அனைத்துத் தத்துவத்தின் அடிப்படை ஆகும்.

வாழ்நிலைக்கும் சிந்தனைக்கும் உள்ள தொடர்பைப் பொருள்முதல்வாதம் எவ்வாறு விளக்குகிறது என்பதைப் பார்ப்போம்.

பொருள்முதல்வாதத் தத்துவம் இயற்கையையும் சமூகத்தையும் ஆராய்கின்ற போது இரண்டுக்கும் உள்ள பெரும் வேறுபாட்டைச் சுட்டிக்காட்டுகிறது. இயற்கையின் செயற்பாடுகள் உணர்வு அடிப்படையில் செயல்படுவதில்லை. இயற்கை மனிதனைச் சாராமல் தன்னிச்சையாகச் செயல்படுகிறது. அதனை யாரும் கட்டுப்படுத்த அல்லது செயற்படுத்த முடியாது. சமூகம் அப்படி அல்ல. இங்கே உணர்வும், மனமும் கொண்டுள்ள மனிதர்கள் செயற்படுகிறார்கள். மனிதர்கள் குறிக்கோளில்லாமல் செயல்படுவதில்லை, ஆனால் இந்தக் குறிக்கோளை விருப்படி எல்லாம் அமைத்துக்கொள்ள முடியாது என்பதை பொருள்முதல்வாதம் வலியுறுத்துகிறது. உணர்வுநிலை, சிந்தனை, கருத்து, குறிக்கோள் இவை எப்படித்

தோன்றுகின்றன என்பதை ஒரு சூத்திரம் போல, ஒரு விதி போன்ற ஒன்றின் அடிப்படையில் விளக்குகிறது.

"சிந்தனை வாழ்நிலையைத் தீர்மானிப்பதில்லை, வாழ்நிலையே சிந்தனையைத் தீர்மானிக்கிறது"

முதன்முதலாக இதை ஒருவர் படிக்கும்போது இது ஒரு சூத்திரம் போல்தான் தோன்றும். இதனை விளக்கினால் இந்தச் சூத்திரம் புரிந்து கொள்ளக்கூடிய விதிதான் என்பதை அறிந்து கொள்ள முடியும்.

சிந்தனை என்பது அனைவரும் அறிந்த ஒன்று, இங்கே வாழ்நிலை என்பது எதைக் குறிக்கிறது என்று பார்ப்போம். மனிதர்கள் வாழ்கின்ற பொருளாதாரச் சூழ்நிலையே வாழ்நிலை ஆகும். இதனை விளக்குவதற்கு வரலாற்றியல் பொருள்முதல்வாதம் ஒரு கோட்பாட்டை குறிப்பிடுகிறது. அந்தக் கோட்பாட்டின் பெயர் அடித்தளம் மேற்கட்டமைப்பு (Base and Superstructure).

அடித்தளம் மேற்கட்டமைப்பைத் தீர்மானிக்கிறது மேற்கட்டமைப்பு அடித்தளத்தைத் தீர்மானிப்பதில்லை, தாக்கம் செலுத்துகிறது. வாழ்நிலை என்பது அடித்தளம். சிந்தனை, கருத்து, தத்துவம் போன்றவை மேற்கட்டமைப்பு ஆகும்.

மனிதர்கள் உற்பத்தியில் ஈடுபடும்போது அதற்கே உரிய உற்பத்தி உறவுகளில் செயல்படுகின்றனர். அந்த உற்பத்தி உறவுகளே வாழ்நிலை. இந்த உற்பத்தி உறவுகளில் எந்த உற்பத்திச் சக்திகள் பயன்படுத்தப்படுகின்றனவோ அதற்கு ஏற்பச் சிந்தனை அமைகிறது. உழைப்புக் கருவிகள், கச்சாப்பொருட்கள், மனித உழைப்பு ஆகியவை சேர்ந்ததே உற்பத்திச் சக்திகளாகும். உற்பத்திச் சக்திகள் உற்பத்தி உறவுகள் ஆகியவற்றைச் சேர்த்து உற்பத்தி முறை என்று அழைக்கப்படுகிறது

உற்பத்திச் சக்திகளின் வளர்ச்சிக்கு ஏற்ப உற்பத்தி உறவுகள் மாறுகின்றன. பழங்குடிச் சமூகத்தில் உற்பத்திக் கருவிகள் மிகவும் எளிமையாக இருந்தன. அங்கே உற்பத்தி உறவுகள் அதற்கேற்பவே காணப்பட்டன. இன்றைய முதலாளித்துவ உற்பத்தி உறவுகளில் காணப்படும் முரணுக்கு ஏற்ப கருத்துக்களும் முரண்பட்டுக் காணப்படுகின்றன.

சமூகத்தில் சொத்துடைமை தோன்றியது முதல் பணக்காரன், உழைக்கும் ஏழை என்கிற இரண்டு பிரிவுகள் காணப்படுகின்றன.

இந்த உழைக்கும் ஏழை-பணக்காரன் என்கிற நிலைமைக்கு ஏற்ப கருத்துக்களும் சிந்தனைகளும் தத்துவங்களும் மாறுகின்றன. பணம் படைத்தவன் சுரண்டலை ஆதரிக்கின்ற தத்துவத்தைத் தேடுகிறான், உழைக்கும் ஏழைகள் தங்களது விடுதலைக்கான தத்துவத்தை நாடுகிறார்கள்.

முற்பிறவி, விதி போன்றவற்றைக் கூறுகிற கருத்துமுதல்வாதம் இந்தச் சமூகத்தின் பிரச்சினைக்கு, இந்தச் சமூகம் காரணம் கிடையாது, மனிதர்கள் முற்பிறப்பில் செய்த வினைகளே அதற்குக் காரணம் என்கிறது. இன்றைய சமூகத்தில் ஒருவன் பணக்காரனாக இருப்பதற்கு அவன் போன பிறவிகளில் செய்த நன்மைகளே காரணம் என்கிறது கருத்துமுதல்வாதம்.

சமூகத்தில் காணப்படும் உற்பத்தி முறையில் காணப்படும் முரணே, சிலரை பணக்கார்களாகவும் உழைக்கும் பலரை ஏழைகளாகவும் உருவாக்கியதாக பொருள்முதல்வாதம் கூறுகிறது. சொத்துடைமையும், பற்றாக்குறையும் இருக்கும்வரை இந்தச் சமூகத்தை மாற்ற முடியாது. அதுவரை வர்க்க முரணும், வர்க்க வேறுபாடுகளும் காணப்படும்.

இந்த நிலைமை தத்துவத்திலும் பிரதிபலிக்கும். சமூகத்தில் வர்க்க முரண் இருக்கும் வரை, தத்துவத்திலும் முரண் வெளிப்படும் என்கிறது பொருள்முதல்வாதம். வர்க்க வேறுபாடு மனிதர்களின் தனிப்பட்ட கருத்துக்களில் இருந்து தோன்றவில்லை, உற்பத்தி முறையில் காணப்படும் முரணே வர்க்க வேறுபாட்டைத் தோற்றுவித்துள்ளது.

அறிவு எவ்வாறு தோன்றுகிறது (Origin of knowledge) என்பதை பொருள்முதல்வாதம் விளக்குவதை அடுத்துப் பார்க்கலாம்.

"மனித அறிதல், சமூக வளர்ச்சியின் விளைவாகவும் மனிதன் தன்னைச் சுற்றியுள்ள உலகத்தை மாற்றி அமைத்திடும்போது ஏற்படும் பயனுமாகும். உலகம் எல்லையற்றது, அதனால் மனிதனது அறிதலும் முடிவற்றது.

அறிதல் செயற்பாடு இரண்டு நிலைகளில் நடைபெறுகிறது. 1. புலனுணர்ச்சி (Sensation), 2. புலனறிவு (Perception).

பொருளாயத உலகைப் பற்றி, தொட்டறியக் கூடிய உறுப்புகளின் மூலம் தெரிந்து கொள்வதை இந்த புலனுணர்ச்சி

குறிக்கிறது. புலனுணர்ச்சியால் கிடைக்கப் பெற்றவை, சொந்த அனுபவத்தால் அதாவது நடைமுறையால் பலமுறை சோதித்துச் சரிப்படுத்தப்படுகின்றன. இதன் அடிப்படையில் எதார்த்தத்தை புலனுணர்ச்சிகள் சரியாகப் பிரதிபலிக்கின்றன என்ற முடிவிற்கு இயக்கவியல் பொருள்முதல்வாதம் வருகிறது.

அறிதலின் இரண்டாம் நிலை புலனறிவு ஆகும். இது சிக்கல் நிறைந்த அறிதல் முறையாகும். ஒரு பொருளைப் பற்றி ஒவ்வொரு புலனுறுப்பும் தனித்தனியான தன்மைகளை மட்டுமே தருகின்றன. இவற்றை ஒரு முழுமையான ஒன்றாகத் திரட்டுகின்ற செயற்பாடே புலனறிவு எனப்படும்.

புலனறிவு, தனித்தனி புலனுணர்வால் அறிந்தவற்றைத் திட்டவட்டமான ஒன்றாய் அறிந்திட உதவுகிறது. அதாவது புலன்களால் அறியப்பட்டவற்றை ஒன்றாக்கித் தொகுத்து முழுமையாகப் பிரதிபலித்துக் காட்டுகிறது.

மனிதனின் அறிதல் உணர்வுக் கட்டத்திலேயே நின்றுவிடுவதில்லை. உணரப்பட்டவைகளில் இருந்து எண்ணம், சிந்தனை, கருத்தாக்கங்கள் தோன்றுகின்றன.

புலனுறுப்பால் அறியப்பட்டவற்றை மீண்டும் மீண்டும் தோன்றச் செய்கிறது. அவ்வாறு தோற்றம் பெறுவதே எண்ணம் எனப்படுகிறது. அதாவது நினைவில் வைத்துள்ள பொருட்களின் தோற்றங்களை ஒப்பிட்டு, சீர்தூக்கி, பகுத்தாராய்ந்து பொதுமைப்படுத்துவதே எண்ணம் என்று அழைக்கப்படுகிறது.

புலனுறுப்புகளால் அறியப்பட்ட விவரங்கள் பகுத்தாராயப்பெற்ற எண்ணங்களால் சிந்தனை உருவாகிறது"

(மார்க்சிய தத்துவம் — பக்கம் 62 - 63)

ஆக, அறிவில் வெளிப்படுகிற சிந்தனை, கருத்து, தத்துவம் போன்றவை அனைத்தும் உற்பத்தி முறை என்கிற புறநிலையில் இருந்தே தோன்றுகின்றன. புறநிலையில் இருந்து பெறப்பட்டவை, மூளையில் அலசி ஆராய்ந்து முடிவெடுக்கப்படுகின்றன. மூளை என்பது சிந்தனையின் ஊற்று என்பதைப் பொருள்முதல்வாதம் மறுக்கிறது. சமூகப் பொருளாதார நிலைமைகளே புறநிலை ஆகும், அதுவே மனிதர்களின் மூளையில் பிரதிபலிக்கிறது. அதுவே அகநிலை ஆகும். இதன் அடிப்படையில்தான் வரலாற்றியல் பொருள்முதல்வாதம் புறநிலையே அகநிலையைப் பிரதிபலிக்கிறது என்று கூறுகிறது.

இந்த வரலாற்றியல் பொருள்முதல்வாதம் அணுகுமுறையாக எவ்வாறு ஒரு ஆய்வு முறைமையியலாக (Research Methodology) இருக்கிறது என்பது பற்றி பேரா.தி.சு.நடராசன் தமிழ் இணையக் கல்விக்கழகம் (*Tamil Virtual Academy*) இணையதளத்தில் கூறியதைப் பார்ப்போம்.

"மார்க்சியம், சமூகத்தை வர்க்கச் சமுதாயமாகக் காணுகிறது. வரலாற்றியல் பொருள் முதல் வாதத்தின் ஒருபகுதியாக அமைந்துள்ள வர்க்கக் கண்ணோட்டம் இலக்கியத்தின் செய்நெறிகளையும் இலக்கியம் கூறும் செய்திகளையும் கண்டறிய உதவுகிறது. வர்க்கம் (class) என்பது என்ன? சமுதாயத்தின் வளங்களையும் நலன்களையும் பெறுவதிலும், பங்கிடுவதிலும், துய்ப்பதிலும் உள்ள பிரிவினையைக் குறிப்பது. பொருளாலே உற்பத்தி உறவுகளின் அடிப்படையில் பிறரோடு வேறுபட்டும் தமக்குள் பொதுத்தன்மை பெற்றும் இருக்கிற மக்கள் பிரிவினைகளே வர்க்கங்கள் ஆகும். ஏழை - பணக்காரன் என்ற பிரிவினை அல்ல இது. உற்பத்திகளையும் உற்பத்திச் சாதனங்களையும் உடைமையாகக் கொண்ட முதலாளி - அதிலே உழைக்கிற, உழைப்பைக் கூலியாகப் பெறுகிற தொழிலாளி என்ற பிரிவினையே இது. உற்பத்தியில் முழுவதுமாகத் தன் உழைப்பை நல்கிடும் தொழிலாளி அதன் பலனையும் நலனையும் பெறமுடியாத நிலையில் முதலாளியோடு முரண்படுகிறான்; குழுவாக இணைகிறான், மோதல் நடைபெறுகிறது. இதனை வர்க்கப் போராட்டம் என்கிறோம். சமூகத்தில் நடைபெறும் இத்தகைய நிலைகளை இலக்கியத்தில் காணமுடியும்.."

இலக்கியத்தில் பார்ப்பது போலவே தத்துவத்திலும் பார்க்கலாம்.

மார்க்ஸ் இதனை எளிமையாகக் கூறியுள்ளார்.

"மனிதர்கள் தங்களுடைய வாழ்க்கைக்காக ஈடுபடும் சமூக உற்பத்தியில் திட்டவட்டமான உறவுகளில் தவிர்க்க முடியாத வகையில் ஈடுபடுகிறார்கள். இந்த உறவுகள் அவர்களுடைய சித்தாந்தங்களில் இருந்து தனித்து நிற்பவையாகும். அதாவது அவர்களுடைய உற்பத்தியின் பொருளாயத சக்திகளின் வளர்ச்சியில் அந்தக் குறிப்பிட்ட கட்டத்துக்குப் பொருத்தமான உற்பத்தி உறவுகளாகும். இந்த உற்பத்தி உறவுகளின் கூட்டுமொத்தமே சமூகத்தின் பொருளாதார அமைப்பாக, அதன் உண்மையான

அடித்தளமாக அமைகிறது. இதன்மீது சட்டம், அரசியல் என்ற மேற்கட்டமைப்பும் எழுப்பப்பட்டு, அதனோடு பொருந்தக்கூடிய சமூக உணர்வின் குறிப்பிட்ட வடிவங்களும் உருவாகின்றன. பொருளாயத வாழ்க்கையின் உற்பத்தி முறை சமூக, அரசியல், அறிவுலக வாழ்க்கையின் பொதுவான போக்கை நிர்ணயிக்கிறது.

மனிதர்களின் உணர்வு அவர்களுடைய வாழ்நிலையை நிர்ணயிப்பதில்லை; அவர்களுடைய சமூக வாழ்நிலையே அவர்களுடைய உணர்வை நிர்ணயிக்கிறது."

(அரசியல் பொருளாதார விமர்சனத்துக்கு ஒரு பங்களிப்பு - முன்னுரை)

சிந்தனைகளாக இருந்தாலும் கருத்துக்களாக இருந்தாலும், இலக்கியமாக இருந்தாலும், தத்துவமாக இருந்தாலும் சமூகப் பொருளாதார முரணின் பிரதிபலிப்பாகத்தான் இருக்கும் என்கிறது வரலாற்றியல் பொருள்முதல்வாதம்.

இதுவே மார்க்சிய ஆய்வு முறைமையியல் *(Marxist Methodology)* ஆகும்.

4. பொருள்முதல்வாதப் பார்வையில் அத்வைதம்

"பொருள்முதல்வாதப் பார்வையில் அத்வைதம்" என்று கூறும்போதே இரண்டும் வெவ்வேறு என்பது தெளிவாகத் தெரிந்துவிடுகிறது. அத்வைதம், மார்க்சிய தத்துவமான இயக்கவியல் பொருள்முதல்வாதம் ஆகிய இரண்டும் இரண்டு வெவ்வேறு தத்துவச் சிந்தனைப் பள்ளிகள் ஆகும்.

அத்வைதம் என்கிற சொல்லின் பொருளை முதலில் பார்ப்போம். அத்வைதம் என்றால் துவைதத்துக்கு எதிரானது, மாறானது. **"துவி"** என்றால் இரண்டு, இரண்டு பொருளை ஏற்றுக் கொண்ட தத்துவம் துவைதம். அத்வைதம் என்றால் இரண்டு பொருளை ஏற்றுக் கொள்ளாதது. அதாவது ஒன்றை மட்டும் ஏற்றுக் கொண்ட தத்துவம். இந்த ஒன்று, இரண்டு என்பது எதைக் குறிக்கிறது என்பதைப் பார்ப்போம்.

துவைதம் என்றால் இரணடு பொருள் என்று பார்த்தோம் அல்லவா, அந்த இரண்டில் ஒன்று ஆத்மாவையும் மற்றொன்று பரமாத்மாவையும் குறிக்கிறது, ஆத்மாவை ஜீவன் என்றும் பரமாத்மாவை பிரம்மம் என்றும் கூறலாம்.

ஆத்மா வேறு பரமாத்மா வேறு என்று இரண்டையும் வேறுவேறாகப் பார்ப்பது துவைதம். அதாவது ஜீவன் வேறு பிரம்மம் வேறு என்று துவைதம் பிரித்துக் கூறுகிறது.

இங்கே ஜீவன் என்பது மனிதனின் உயிரைக் குறிக்கவில்லை, ஆத்மாவையே குறிக்கிறது. உயிர் மனிதனது பிறப்பின்போது இருக்கிறது. மறையும்போது உயிரும் மறைந்து போகிறது. ஆனால் ஆத்மா என்பது மனிதனாகப் பிறப்புக்கு முன்பும் இருந்தது, மறைந்த பின்பும் இருக்கப் போகிறது என்று ஆத்மாவை ஏற்றுக்

கொண்ட தத்துவங்கள் கூறுகின்றன. ஆத்மாவுக்கு அழிவு கிடையாது என்பது அவர்களது கருத்து.

பிரபஞ்சத்தைப் படைத்தது பரமாத்மா, அதாவது பிரம்மம். பிரம்மத்துக்குத் தோற்றமும் முடிவும் கிடையாது.

ஜீவாத்மா, பரமாத்மா என்கிற இரண்டை அத்வைதம் ஏற்றுக் கொள்ளவில்லை, பரமாத்மாவை மட்டுமே அதாவது பிரம்மத்தை மட்டுமே ஏற்கிறது. பிரபஞ்சத்தையும் உயிரையும் அத்வைதம் மாயை என்கிறது. பிரம்மம் என்கிற ஒன்றை மட்டுமே அத்வைதம் ஒப்புக்கொள்கிறது.

ஒருமையே அத்வைதத்தின் அடிப்படைக்கொள்கை. அந்த ஒருமை என்பது பிரம்மம். பிரம்மம் மட்டுமே உண்மையானது மற்ற அனைத்தும் மாயையானது என்பதே அத்வைதத்தின் கொள்கை.

படைக்கும் சக்தியை, தத்துவம் பிரம்மம் என்று கூறுகிறது. இதற்கு உருவம் கிடையாது. படைக்கும் சக்தியை மதம் கடவுள் என்று அழைக்கிறது, கடவுளுக்கு உருவம் கொடுக்கப்படுகிறது. அந்த உருவத்துக்கு மனைவியும்கூட இருக்கிறார் என்பது நமக்குத் தெரிந்ததே. உலகையும் ஆத்மாவையும் அத்வைதம் ஏன் மறுக்கிறது என்பதை அடுத்துப் பார்ப்போம். அத்வைதம் பரமாத்மாவை நித்தியப் பொருளாகப் பார்க்கிறது, அதாவது அதற்கு மாற்றமோ தோற்றமோ அழிவோ கிடையாது. ஆனால் மனிதனும் பிரபஞ்சமும் மாறும் பொருள், அழியும் பொருள், அதை அநித்தியப் பொருள் என்று அத்வைதம் கூறுகிறது. இதை ஆதிசங்கரர் நித்ய, அநித்தியப் பொருள் பற்றிய விவேகம் என்கிறார். விவேகம் என்றால் அறிவு. அத்வைதம் அறிவாக எதைக் கருதுகிறது என்றால் நித்தியப் பொருள் எது?, அநித்தியப் பொருள் எது? என்று பிரித்து அறிவதே விவேகம்.

தத்துவம் இரண்டு போக்குகளைக் கொண்டது. ஒன்று பொருள்முதல்வாதம் மற்றொன்று கருத்துமுதல்வாதம்(Materialism and Idealism). இந்தப் பிரபஞ்சம் ஏதோ ஒரு வகையில் படைக்கப்பட்டது என்று கூறுவது கருத்துமுதல்வாதம். கருத்துமுதல்வாதத்தை இரண்டு விதமாகப் பிரிக்கலாம். ஒன்று அகநிலைக் கருத்துமுதல்வாதம் மற்றொன்று புறநிலைக் கருத்துமுதல்வாதம் (Subjective Idealism and objective idealism).

புறநிலைக் கருத்துமுதல்வாதம் பிரபஞ்சத்தைப் படைக்கும் அந்த சக்தியைப் புறத்தில் அதாவது இந்த உலகுக்கு அப்பால் இருக்கிறது என்று கருதுகிறது. அதனால்தான் இதற்கு புறநிலைக் கருத்துமுதல்வாதம் (*Objective Idealism*) என்று பெயர். அந்தப் படைக்கும் சக்தியைப் புறத்தில் காணாது மனதில் அதாவது அகத்தில் காண்பது அகநிலைக் கருத்துமுதல்வாதம் (*Subjective Idealism*).

அத்வைதத் தத்துவம் அகநிலைக் கருத்துமுதல்வாதம் ஆகும்.

இந்தியாவில் உள்ள தத்துவங்கள் கருத்துமுதல்வாதத்தை மட்டும் கொண்டதாக இல்லை, இந்தியத் தத்துவங்களில் பொருள்முதல்வாதக் கூறுகளைக் கொண்ட தத்துவங்கள் நிறைய இருக்கின்றன. குறிப்பாகச் சொல்ல வேண்டும் என்றால் உலகாயதம், பூதவாதம், சாங்கியம், வைசேஷிகம் போன்றவை. இதன் வளர்ச்சியே இன்று நாம் மார்க்சியத் தத்துவமாகக் கூறுகின்ற இயக்கவியல் பொருள்முதல்வாதம் ஆகும்.

பல ஆண்டுகளுக்கு முன்பே இந்திய கருத்துமுதல்வாதம் உலகாயதப் பார்வையில் விமர்சனம் செய்யப்பட்டுள்ளது. இன்று நவீனப் பொருள்முதல்வாதத்தின் பார்வையில் தேவி பிரசாத் சட்டோபாத்யாயா, நா.வானமாமலை போன்றோர் நவீன உலகாயதமான, மார்க்சியத் தத்துவமான, இயக்கவியல் பொருள்முதல்வாதப் பார்வையில் கருத்துமுதல்வாதத்தை விமர்சித்துள்ளனர். அதனடிப்படையில் தான் அத்வைதத்தைப் பார்க்கிறோம்.

ஆதிசங்கரர்தான் அத்வைதத்தைப் படைத்தாரா? என்ற கேள்விக்கு இல்லை என்பதே பதில் ஆகும். அத்வைதக் கருத்துக்கள் உபநிடதங்களிலேயே காணப்படுகின்றன. அங்கே அத்வைதம் விரிவாகப் பேசப்படவில்லை என்றாலும் தொடக்க நிலையில் உள்ளது. **"தத்வமசி"** என்கிற அத்வைத மகாவாக்கியம் உபநிடதத்தில் காணப்படுகிறது.

கி.பி. எட்டாம் நூற்றாண்டில், இன்றைய கேரளாவில் உள்ள காலடியில் பிறந்த ஆதிசங்கரர் அத்வைதத்தை நிறுவனப்படுத்தினார். அதை ஒழுங்குபடுத்தித் தொகுத்து, வகுத்துத் தந்தார். அவர் இல்லாமல் இன்றைய நிலையில் உள்ள அத்வைதத்தைக் காண முடியாது. அந்தளவுக்கு அத்வைதத்துக்கு அவர் பங்களிப்பைச் செய்துள்ளார். அதனால் அத்வைதத்தை விமர்சனம் செய்ய

வேண்டும் என்றால் ஆதிசங்கரரிடம் இருந்தே தொடங்க வேண்டி இருக்கிறது. விவேகானந்தர், ரமணர் ஆகியோரும் அத்வைதத்தை விளக்கியவர்களே.

ஆதிசங்கரர் பல நூல்களை எழுதி உள்ளார். அதில் தோத்திரப் பாடல்களும் இருக்கின்றன, சித்தாந்தப் பாடல்களும் இருக்கின்றன, மேலும் பத்து உபநிடதங்கள், பிரம்ம சூத்திரம், பகவத் கீதை ஆகிய நூல்களுக்கும் பாஷியம் அதாவது விரிவுரையும் எழுதி உள்ளார். அவரது விரிவுரைகளில் அத்வைத அறிவு முழுமையாக வெளிப்படுகிறது என்று கூறலாம். அதில்தான் அத்வைதத்துக்கு மாறான தத்துவத்தை ஆதிசங்கரர் விமர்சித்துள்ளார்.

பிற தத்துவங்களைப் பரபக்கமாகக் கூறி அதனை விமர்சித்துத் தனது அத்வைத சித்தாந்தத்தை ஆதிசங்கரர் நிறுவியுள்ளார். இதுதான் இந்தியத் தத்துவ விமர்சன முறை ஆகும். ஒவ்வொருவரும் தமக்கு எதிரான தத்துவங்களைப் பரபக்கமாகத் தொகுத்துத் தந்து அதனை விமர்சனம் செய்து தமது சித்தாந்தத்தை நிறுவுவார்கள்.

ஆதிசங்கரர் எழுதிய பரபக்கத்தில் அதாவது அவர் எதிர்த்த தத்துவங்களில் இந்தியத் தொடக்கநிலைப் பொருள்முதல்வாதமான உலகாயதம், சாங்கியம் போன்ற தத்துவங்களும் காணப்படுகின்றன. அங்கே அவர் அன்றையப் பொருள்முதல்வாதத் தத்துவத்தை மறுத்து அத்வைதத்தை நிறுவியுள்ளார். இன்று நாம் அத்வைதம் என்கிற அகநிலைக் கருத்துமுதல்வாதத் தத்துவத்தை மறுத்து நவீனப் பொருள்முதல்வாதமான மார்க்சியத் தத்துவத்தை நிறுவப் போகிறோம். இது இந்தியத் தத்துவ விமர்சன முறையே ஆகும்.

"டூரிங்குக்கு மறுப்பு" என்கிற நூலில் எங்கெல்ஸ் கூறியதை இங்கே நினைவு கொள்ள வேண்டும். சிந்தனைக்கும் பருப்பொருளுக்கும் இடையிலான உறவை அன்றைய தொடக்க நிலைப் பொருள்முதல்வாதத்தால் விளக்க முடியவில்லை. இந்தப் பிரச்சினையில் தெளிவு காணும் பொருட்டு, கருத்துமுதல்வாதம் உடலில் இருந்து ஆத்மா பிரிக்கப்பட்டதாகவும் இறுதியில் ஆத்மாவுக்கு இறப்பில்லாத நிலை பற்றிய விளக்கத்தினாலும், மேலும் ஒரு கடவுள் கோட்பாட்டையும் படைத்தது.

இதன் மூலம் பழைய பொருள்முதல்வாதம் பழைய கருத்துமுதல்வாதத்தால் நிலைமறுக்கப்பட்டது. இன்றைய விஞ்ஞான வளர்ச்சியின் விளைவாக, சிந்தனைக்கும் பருப்பொருளுக்கும் இடையிலான உறவுக்கு, விஞ்ஞான வழியில்

விளக்கம் கொடுக்கப்பட்டது. இன்றைய நிலையில் மார்க்சிய தத்துவமான நவீனப் பொருள்முதல்வாதத்தால் கருத்துமுதல்வாதம் நிலைமறுக்கப்பட்டது என்று எங்கெல்ஸ் கூறியுள்ளார்.

வரலாற்றில் பொருள்முதல்வாதமானது அடித்தளம் மேற்கட்டமைப்பு என்கிற கோட்பாட்டின் மூலமாகச் சிந்தனை எவ்வாறு தோன்றுகிறது என்பதை விளக்குகிறது. இதன்மூலம் பருப்பொருளுக்கும் சிந்தனைக்கும் இடையேயுள்ள தொடர்பை விஞ்ஞான வழியில் நிறுவியுள்ளது.

எங்கெல்ஸ்:-

"தொன்மைக் காலத் தத்துவம் பழமையான, தன்னியல்பாக உருவான பொருள்முதல்வாதமே. எனவே அது சிந்தனைக்கும் பருப்பொருளுக்கும் இடையிலான உறவைத் தெளிவுபடுத்த இயலாததாக இருந்தது. ஆனால், இந்தப் பிரச்சினை மீது தெளிவை அடைவதற்கான தேவை, உடலில் இருந்து ஆத்மா பிரிக்கப்படத்தக்கது என்ற போதனைக்கும், பிறகு இந்த ஆத்மாவுக்கு இறவாத் தன்மையைத் துணிந்துரைப்பதற்கும், இறுதியாக ஒரு கடவுள் கோட்பாட்டிற்கும் இட்டுச் சென்றது. எனவே பழைய பொருள்முதல்வாதம் கருத்துமுதல்வாதத்தால் நிலைமறுக்கப்பட்டது. ஆனால், தத்துவத்தின் மேலதிக வளர்ச்சிப் போக்கில் கருத்துமுதல்வாதமும் செல்லுபடியாகாததாகிப்போய் நவீனப் பொருள்முதல்வாதத்தால் நிலைமறுக்கப்பட்டது"

(டூரிங்குக்கு மறுப்பு - பக்கம் 241)

ஆதிசங்கரரின் சித்தாந்த நூல்களில் மிகவும் முக்கியமானது என்று மூன்றைக் குறிப்பிடலாம். 1.தத்துவ போதம், 2.ஆத்ம போதம், 3.விவேக சூடாமணி. இதில் உள்ள விவேக சூடாமணியை மட்டும் படித்தாலே அத்வைதத்தை முழுமையாகப் புரிந்து கொள்ளமுடியும்.

அத்வைதத்தை ஆதிசங்கரர் சாதன சதுஷ்டயம் என்பதின் அடிப்படையில் விளக்குகிறார். சாதன சதுஷ்டயம் என்றால் நான்கு உறுப்புகள் என்று பொருளாகும். இதனை நான்கு வழிமுறைகள் என்றும் கூறலாம்.

1) நித்தியப்பொருளையும் அநித்தியப்பொருளையும் பிரித்தறியும் திறமையான விவேகம்.

2) இவ்வுலக, மறுவுலகப் பொருட்களை அனுபவிக்க வேண்டும் என்கிற ஆசையற்ற நிலையான வைராக்கியம்.

3) சமம் முதலிய ஆறு பண்பு நலன்கள்

4) முக்தி அடைய வேண்டும் என்பதில் விருப்பம்.

இந்த நான்கைப் பற்றி முதல் பகுதியின் இரண்டாம் அத்தியாயத்தில் ஏற்கெனவே பார்துள்ளோம், அதனால் இங்கே சுருக்கமாகச் சிலவற்றைப் மட்டும் விளக்குவோம்.

இந்த உலகில் காணும் பொருட்கள் நிலையானது அல்ல, இதனை அத்வைதம் அநித்தியம் என்கிறது. நிலையானது எதுவென்றால் ஆத்மா. ஆத்மா மாறாதது, இதனை அத்வைதம் நித்தியப்பொருள் என்கிறது. நித்தியப்பொருள் ஆத்மா மட்டுமே என்பதை அறிந்த மனிதன் அநித்தியமான உலகில் உள்ள இன்பம் தரும் பொருட்களின் மீதுள்ள பற்றை நீக்க வேண்டும். இந்தப்பற்றை நீக்குவதே வைராக்கியம் எனப்படும். இந்த வைராக்கியமே முக்தியை அடைய வேண்டும் என்கிற எண்ணத்தைத் தோற்றுவிக்கும். வைராக்கியம் பெற்றாலே சாதன சதுஷ்டயத்தின் இறுதியான மூக்தி அடைய வேண்டும் என்கிறதில் விருப்பம் ஏற்படும்.

இந்த நான்கையும் கடைப்பிடிப்பது அத்வைதத்தின் அடிப்படைக் கொள்கை ஆகும்.

ஒவ்வொரு தத்துவத்துக்கும் பின்னால் வர்க்க நலன்கள் அடங்கி இருக்கிறது என்று பொருள்முதல்வாதம் கூறுகிறது. இதை அத்வைதம் போன்ற கருத்துமுதல்வாதம் ஒப்புக் கொள்ளாது. ஆனால் தத்துவங்களின் நோக்கத்தை வைத்து அதனதன் வர்க்க நலனை விளக்கப் பொருள்முதல்வாதத்தால் முடியும்.

அத்வைதத்தின் நோக்கம் முக்தி அடைவதே ஆகும். முக்தி அடைவதற்கே அத்வைதம் வழிகாட்டுகிறது. மனிதன் சமூகத்தில் இருந்து உடனே விலகி, முக்தியை அடைவதற்கு வழியை அது காட்டுகிறதா என்றால், அதுதான் இல்லை.

முக்திதான் நோக்கம் என்றால் உலகை வெறுத்து, உடனடியாக

அ.கா.ஈஸ்வரன்

முக்திக்கான பாதையில் செல்வதற்கு வழிகாட்ட வேண்டும். ஆனால் அத்வைதம் அப்படிச் செய்யவில்லை. முக்தி அடைவதற்கு சமூகத்தில் என்ன செய்யவேண்டும் என்பதைக் கூறுவதே அத்வைதத்தின் அடிப்படை நோக்கமாக இருக்கிறது. இந்த நோக்கத்தில்தான் அத்வைதத்தின் வர்க்க நலன்கள் அடங்கி இருக்கின்றன.

பிறப்பு முதல் இறப்பு வரை மனிதன் துன்பத்துக்கு ஆளாகிறான் என்பதை இன்றைய சமூக நிலைமைகளால் நாம் அறிந்து கொள்ள முடிகிறது. ஒருவன் ஒரு நாளைக்கு குறிப்பிட்ட நேரம் வரைதான் உழைக்க முடியும். 20 மணிநேரம் உழைத்த வரலாறும் இருக்கிறது. இன்று 8 மணிநேர உழைப்பு என்பது சட்டமாக இருக்கிறது. இருந்தாலும் 8 மணிநேர உழைப்பாளிகளையும் பல இடங்களில் 10 அல்லது 12 மணிநேரம் உழைக்கிற உழைப்பாளிகளையும் இன்று நாம் பார்க்க முடிகிறது. அப்படி உழைத்தும் அந்த உழைப்பாளியின் குடும்பத்துக்கான அடிப்படைத் தேவைகளான உணவு, உடை, இருப்பிடம் போன்றவை பற்றாகுறையாகவே இருக்கின்றன. இன்றைய நிலையில் மருத்துவச் செலவையும் சேர்த்துக் கொள்ள வேண்டும்.

ஆக நாள் முழுவதும் உழைத்தும் உழைப்பாளிகளுக்குப் பற்றாக் குறையாகவே இருக்கிறது.

இதன் அடிப்படையில் அத்வைதம் என்ன கூறுகிறது என்றால் சம்சாரம் என்பது பெருங்கடல், அதைக் கடக்கவே முடியாது. தமிழில் இல்லறம் என்று கூறப்படுவதை அத்வைதம் சம்சார சாகரம் என்கிறது. சாகரம் என்றால் கடல். சம்சாரம் ஏன் கடலாகக் கூறப்படுகிறது என்றால் பெருங்கடல் போல மனிதனது பிறப்பு தொடர்ந்து விரிந்து செல்கிறது. செய்கின்ற வினையினால் அதாவது கர்மத்தினால் பிறவி தொடர்கிறது. பிறப்பதைத் தடுக்க வேண்டும் என்றால் கர்மத்தை அதாவது பிறப்பால் விதிக்கப்பட்ட வேலையை பலன் எதிர்பார்க்காமல் பின்பற்ற வேண்டும். அப்படிப் பின்பற்றினால் கர்மங்கள் ஏற்படுவதில்லை. பிறவிகள் முடிவுக்கு வருகின்றன.

அடுத்து முக்திக்குச் செல்ல வேண்டும். சம்சாரக் கடலைக் கடக்க வேண்டும் என்றால் முக்தி மீது நாட்டம் வேண்டும் என்று ஏன் அத்வைதம் கூறுகிறது என்பதை அடுத்துப் பார்ப்போம்.

மாறிக்கொண்டும் அழிந்துகொண்டும் இருக்கிற இந்தப்

புறவுலகில் நாட்டம் செலுத்துவதினால் கிடைக்கும் இன்பம் நிலையானதில்லை. இந்த உலகம் மாயை ஆகும். இந்த மாயையில் இருந்து விடுபட்டு முக்தி அடைய வேண்டும். முக்தி என்பது பரமாத்மாவுடன் ஒன்றுவதாகும். அந்த பரமாத்மா மட்டுமே நித்தியப்பொருள் உண்மையில் அது மட்டுமே இருக்கிறது. அதில் இருந்து பிரிந்ததாகக் கருதுவது, அதில் இருந்து ஆத்மா, பிரபஞ்சம் தோன்றியதாகக் கருதுவது மாயை என்கிறது அத்வைதம்.

மாயை என்றால் முழுமையாக இல்லை என்ற பொருளில் அத்வைதம் கூறவில்லை.

"மாயை ஆனது, இருப்பு உடையது அன்று, இருப்பு இல்லாதது அன்று, இருவகைப்பட்டதும் அன்று. பகுக்கப்பட்டதாகவோ, பகுக்கப்படாததாகவோ இருவகைப்பட்டதாகவோ இல்லை. உறுப்புகளை உடையதாகவோ, உறுப்புகள் இல்லாததாகவோ, இருவகைப்பட்டதாகவோ இல்லை, மிகவும் ஆச்சரியமானது மாயை. அதை இப்படிப்பட்டது என்று வசனங்களால் விளக்கிக் கூற முடியாத உருவம் கொண்டது"

(விவேக சூடாமணி - 109)

என்கிறார் ஆதிசங்கரர். அதாவது மாயை என்பதை இருக்கிறது என்று கூறிவிட முடியாது, இல்லை என்றும் கூறிவிட முடியாது. மாயை அநிர்வசனீய உருவம் கொண்டது, அதாவது வசனங்களால் விளக்கிக் கூறிவிட முடியாத ஒன்று. இதில் இருந்து என்ன தெரிகிறது என்றால் மாயை என்பதை முற்ற முழுக்க இல்லை என்ற பொருளில் அத்வைதம் கூறவில்லை.

குழப்பமாக இருக்கிறதா, இந்தக் குழப்பத்தைத் தவிர்க்க ஒரு உதாரணத்தைப் பார்ப்போம்.

ஒரு மனிதன் தூங்கும்போது கனவு காண்கிறான். அதில் ஒரு சிங்கம் அவனைத் துரத்துகிறது, அவன் தலைதெறிக்க ஓடுகிறான். மூச்சு வாங்குகிறது, தாகம் எடுக்கிறது. அந்த நேரத்தில் முழிப்பு வந்துவிடுகிறது. கனவுதான் என்று அமைதி கொள்கிறான். ஆனால் அவனுக்கு வேர்க்கிறது, தாகம் எடுக்கிறது. தண்ணீர் குடித்த பிறகே தாகம் அடங்குகிறது. அவன் கண்டது கனவுதான் அதனால் அதை இல்லை என்று கூறலாம். ஆனால் வேர்க்கிறதே, தாகம் எடுக்கிறதே, தண்ணீர் குடித்த பிறகே தாகம் தீர்கிறதே. அப்படி என்றால் அது ஒருவகையில் இருக்கிறது என்று கூற வேண்டி வருகிறது. கனவு என்பது உண்மை அல்ல. ஆனால் வேர்ப்பதைக்

கொண்டும் தாகம் எடுப்பதைக் கொண்டும் உண்மை என்றும் கூறவேண்டி வருகிறது என்பது அத்வைதத்தின் விளக்கமாகும்.

கனவு மாயையானது. அதாவது கனவு உண்மையும் இல்லை, பொய்யும் இல்லை. அதே போல நனவும் உண்மை இல்லை பொய்யும் இல்லை என்கிறது அத்வைதம்.

"விருப்பும், வெறுப்பும் நிறைந்துள்ள பிரபஞ்சம் உண்மையில் கனவு போன்றதுதானே? கனவு தோன்றும் காலத்தில் மெய்யெனத் தோற்றமளிக்கிறது, விழித்து எழுந்தவுடன் பொய்யாகிவிடுகிறது"

(ஆத்ம போதம் - 6)

இந்த ஆத்ம போதம் பாடலுக்கு டாக்டர் வி. எஸ். நரசிம்மன் எழுதிய விளக்க உரையில் கனவும் நனவும் ஒன்று என்பதைத் தெளிவுபடுத்துகிறார்.

"நனவு கனவு இரண்டும் சமானமானவை. நனவு இல்லாதபோது கனவு தோன்றுகிறது. அதில் பிரபஞ்சம், காலம், தேசம், காரண-காரியம் அதனுடன் இவற்றையெல்லாம் தனது என்று ஏற்கும் அஹங்காரம் என நனவுலகில் காண்பன அனைத்தும் உள்ளன. எனவே கனவைப் போன்று நனவும் நிரந்தரமன்று; இதுவும் கனவு போன்றதுதான் என்று சுலோகம் உரைக்கின்றது."

மாறிக் கொண்டிருக்கிற அனைத்தும் உண்மையானது அல்ல. அநித்தியானது உண்மை அல்ல. மாறாததே உண்மையானது, நித்தியமானது. எது மாறாதது என்றால் பரமார்த்மா, அதாவது பிரம்மம். பிரம்மம் நித்தியமானது, மாறுவதில்லை, தேய்வதில்லை, பிறப்பதும் இல்லை, மறைவதும் இல்லை என்பதே அத்வைதத்தின் கொள்கை.

மேலே எளிய உதாரணமாகப் பார்க்கப்பட்டதை ஒரு தத்துவ விளக்கமாக அத்வைதம் எவ்வாறு விளக்குகிறது என்பதை அடுத்துப் பார்ப்போம்.

கனவு, நனவு ஆகியவற்றை அத்வைதம் மனிதனின் மூன்று அவஸ்தைகள் மூலம் விளக்குகிறது.

மூன்று அவஸ்தைகள் என்றால் மூன்று நிலைகள் என்று பொருளாகும். முதலாவது நிலை விழிப்பு நிலை, இரண்டாவது நிலை கனவு நிலை, மூன்றாவது நிலை ஆழ்ந்த உறக்க நிலை. ஐம்புலன்களின் மூலம், வெளி உலகம் அறியப்படுவது விழிப்பு

நிலை. விழிப்பு நிலையில்தான் வெளிப் பொருட்களுடன் தொடர்பு ஏற்படுகிறது. அடுத்து கனவு நிலை. விழிப்பு நிலையில் எது பார்க்கப்பட்டதோ, எது கேட்கப்பட்டதோ அதனால் ஏற்படும் தொடர்பால் தூக்கத்தில் எந்த உலகம் தோன்றுகிறதோ அது கனவு நிலை. கனவுநிலையை அரைத் தூக்க நிலை என்று கூறலாம்.

மூன்றாவது உறக்க நிலை, அதாவது ஆழ்ந்த தூக்க நிலை. "அடித்துப் போட்டது போலத் தூங்கிவிட்டேன், எனக்கு எதுவும் அப்போது தெரியவில்லை, ஆழ்ந்து உறங்கிவிட்டேன்" என்று கூறப்படும் நிலையே உறக்க நிலை. அப்போது கிடைக்கிற ஆனந்தமே உண்மையான ஆனந்தம் என்கிறது அத்வைதம். விழிப்பு, கனவு ஆகியவற்றிலிருந்து விடுபட்ட நிலையில், மனங்களின் அலைவுகளில் இருந்து விடுபட்ட ஆத்மா ஆனந்தத்தை உணர்கிறது. காரணம் அங்கு மனம் செயல்படவில்லை. ஆத்மா மட்டுமே செயல்படுகிறது என்று அத்வைதம் கருதுகிறது.

ஆத்மா அனுபவிக்கிற அந்த ஆனந்தமே நித்தியப்பொருளால் கிடைக்கும் ஆனந்தம். மாறும் பொருட்களான உலகப் பொருட்களினால் கிடைக்கும் ஆனந்தம் நித்தியமானது அல்ல, அப்பொருளும் அநித்தியம். அதனால் கிடைக்கும் ஆனந்தமும் அநித்தியம். அதாவது உலகப் பொருட்களால் கிடைக்கும் இன்பம் நிலையானது அல்ல. ஆத்மா அனுபவிக்கிற இன்பமே நிலையானது என்கிறது அத்வைதம்.

இந்த ஆன்மீக நிலையை அறிந்தவன், அடுத்து வைராக்கியம் கொள்ள வேண்டும். உலகின் மீதும் உலகப் பொருட்களின் மீதும் உள்ள பற்றை விடுவதே வைராக்கியம். பற்றை விடவேண்டுமானால் உலகை வெறுக்க வேண்டும்.

உலகை வெறுக்க வேண்டுமானால் "நான்" என்கிற நினைப்பை விடுக்க வேண்டும், தனது உடல் என்கிற நினைப்பை ஒழிக்க வேண்டும்.

சம்சாரக்கடலில் தவிப்பதில் இருந்து விடுபட வேண்டும் என்றால் மனிதனுக்கு பிறவிப் பிணிக்குக் காரணங்களாகக் காணப்பட்ட வேறு தடைகளும் இருக்கின்றன. அவற்றுக்கு எல்லாம் வேர் "**நான்**" என்கிற அகங்காரம் ஆகும். எதுவரை கெடுதல்களுக்குக் காரணமான அகங்காரத்துடன் ஒருவனுக்குத் தொடர்பு இருக்கிறதோ அதுவரை அதனிடம் இருந்து முற்றிலும்

வேறான ஆனந்த நிலையை அடைவதற்கு வழியான முக்தியைப் பற்றிய பேச்சுக்கு சிறிதும் இடம் இல்லை.

நான் என்கிற அகங்காரத்தின் பிடியில் இருந்து விடுதலை பெற்றவன் தனது உண்மை உருவமான ஆத்மாவை மீண்டும் அடைகிறான். **(விவேக சூடாமணி - 298 - 300)** என்று ஆதிசங்கரர் விளக்குகிறார்.

ஆன்மீக உலகத்தைப் பரமார்த்த சத்தியம் என்றும் இந்த உலகத்தை வியவகார சத்தியம் என்றும் ஆதிசங்கரர் கூறுகிறார். பரமார்த்த சத்தியம் என்பது ஆத்ம நிலையில் ஒன்றியதாகும், வியவகார சத்தியம் என்பது இகவுலக வாழ்க்கை ஆகும். இந்த வியவகார உலகத்தை மாயை என்று ஆதிசங்கரர் கூறி, பரமார்த்த உலகில் வாழ்வதற்கு அழைப்பு விடுக்கிறார்.

இந்த உலகம் இருப்பதாகக் கருதுவது அவித்தை என்கிறார் ஆதிசங்கரர். அவித்தை என்றால் அறியாமை. இருட்டில் குறைந்த ஒளியில் சிப்பி மின்னும் போது அது வெள்ளி போன்று தோற்றம் கொடுக்கிறது. உண்மையில் இருப்பது சிப்பிதான். வெள்ளி என்று கருதுவது அறியாமை. அதேபோல இருள் சூழ்ந்த நிலையில் சிறிய வெளிச்சத்தில் காணப்படும் கயிறு, அறியாமையினால் பாம்பு போலத் தோன்றுகிறது. உண்மையில் அங்கு இருப்பது கயிறுதான்.

சிப்பி வெள்ளியாகத் தோன்றுவது போல, கயிறு பாம்பாகத் தோன்றுவது போல உலகம் உண்மைபோல் தோன்றுகிறது. இது அறியாமையினால் ஏற்படுகிறது என்பது அத்வைதத்தின் அடிப்படைக் கொள்கை ஆகும்.

இந்த உலகம் மாயை என்பதை அறிந்து ஆத்மாவில் இன்பம் காண வேண்டும் என்றால், "**நான்**" என்கிற அகங்காரத்தை விட வேண்டும். இதனை வலியுறுத்தி ஆதிசங்கரர் விவேக சூடாமணியில் கூறியுள்ளதைப் பார்ப்போம்.

"பரமாத்ம தத்துவத்தை அனுபவிப்பதற்கான கருவிதான் இவ்வுடல். தொடக்கம் இல்லாத அறியாமையினால் வந்து சேர்ந்த தொடர்பில் இருந்து விடுபடுவதற்கான வழியில் இதை எப்பொழுதும் பயன்படுத்த வேண்டும். அவ்வாறு செய்யாமல் அதனை வளர்ப்பதில் மட்டும் எவன் பற்று வைக்கின்றானோ அவன் அதனால் தன்னையே நாசப்படுத்திக் கொள்கிறான்.

உடலை வளர்ப்பதில் பற்று உடையவனாக இருந்துகொண்டு

ஆத்ம தரிசனத்திற்கு ஆசைப்படுபவன், மரக்கட்டை என்று கருதி ஒரு முதலையைப் பிடித்து ஆற்றைக் கடப்பதற்கு முயல்பவனைப் போன்றவனாவான்.

முக்தி விருப்பத்தைப் பொறுத்தவரை உடல் முதலியவற்றில் உள்ள மோகம்தான் கொடிய எமன். மோகம் முழுமையாக நீங்கியவன் முக்தி அடைவதற்கு அருகதையானவன்".

"உடல், மனைவி, மகன் என்ற பந்தங்களில் இருந்து விடுபட்டு மோகமாகின்ற எமனை அடக்கி, மோகத்தினை நீக்கிய முனிவர்கள் உயர்ந்ததான விஷ்ணு பதத்தை அடைகின்றனர்"
(விவேக சூடாமணி — 83 - 86)

இங்கே விஷ்ணு பதம் என்பது முக்தி நிலை ஆகும். இப்படி அத்வைதம் உடலையும் மனைவியையும் மகனையும் விட்டுவிட வேண்டும் என்று கூறுவதால் இந்தத் தத்துவத்தால் யாருக்கு என்ன நன்மை இருக்கிறது என்று மேலோட்டமாகப் பார்க்கும் போது தோன்றும். வர்ணாஸ்ரம தர்மத்தை விடவேண்டும் என்று எங்கேயும் ஆதிசங்கரர் கூறவில்லை என்பதைக் கவனத்தில் கொள்ள வேண்டும்.

அத்வைதம் இரண்டு உலகத்தைப் பற்றிப் பேசுகிறது என்று பார்த்தோம். ஒன்று வியவகார உலகம் அதாவது இந்த உலகம், அடுத்து பரமார்த்த உலகம் அதாவது ஆன்மீக உலகம். இந்த உலகத்தைவிட்டு உடனே வெளியேறி ஆன்மீக உலகத்துக்கு வந்துவிடு என்று அத்வைதம் கூறவில்லை.

பகவத்கீதைக்கு ஆதிசங்கரர் விரிவுரை எழுதும்போது அதற்கு ஒரு முன்னுரை எழுதி உள்ளார் அதில் உள்ளதைப் பார்ப்போம்.

இரண்டு தர்மங்கள் உலகில் உள்ளன. ஒன்று பிரவிருத்தி தர்மம், மற்றொன்று நிவிருத்தி தர்மம். வேதங்களில் கூறியுள்ளதைக் கடைப்பிடிப்பது பிரவிருத்தி தர்மம். அதாவது சுயதர்மத்தைக் கடைப்பிடிப்பது பிரவிருத்தி தர்மம். இது கர்மயோகம் எனப்படும். ஞானம் மற்றும் வைராக்கியத்தை அடிப்படையாகக் கொண்டது நிவிருத்தி தர்மம். இது ஞானயோகம் எனப்படும்.

பிரவிருத்தி தர்மத்தை முன்வைத்து கூறும்போது ஆதிசங்கரர் என்ன கூறுகிறார் என்பதை அடுத்துப் பார்ப்போம்.

உலகின் நிலையான தன்மையைப் பாதுகாக்க விரும்பி முழுமுதற் கடவுளான விஷ்ணு, தனது தெய்வ சக்தியால்

கிருஷ்ணனாக அவதரித்தார். பிராமணத்துவம் நிலைபெற்றாலேயே வைதீக தர்மத்தைக் காத்திடமுடியும் என்பதினாலேயே கிருஷ்ணர் அவதரித்தார். மேலும் வர்ணாசிரம வேறுபாடுகள் வைதீக தர்மத்தை அடிப்படையாகக் கொண்டிருக்கின்றன என்று ஆதி சங்கரர் நேரடியாகவே கூறியுள்ளார்.

ஆக வர்ணாசிரம வேறுபாட்டைப் போக்குவதற்கு ஆதி சங்கரர் அத்வைதத்தைப் போதிக்கவில்லை. இறுதியில் முக்தியைப் பற்றிப் பேசினாலும் அதற்கு முன்பு வேத தர்மத்தை அதாவது வர்ணாசிரம தர்மத்தை, அதாவது சாதிய தர்மத்தைப் பின்பற்றுவதை வலியுறுத்தவே அத்வைதத்தை போதித்துள்ளார்.

பகவத்கீதையும் சுயதர்மத்தைக் காப்பதற்கே எழுதப்பட்டுள்ளது. சத்திரியரான அர்ச்சுனன் போர்புரிவதை நிறுத்தியபோது சத்திரியரின் கடமை போர்புரிவது என்பதை வலியுறுத்துவதற்கு எழுதப்பட்டதே பகவத்கீதை. சத்திரியரின் வர்ண தர்மமான போரை நிகழ்த்தும்படி கிருஷ்ணன் பகவத்கீதையில் போதித்துள்ளார். சத்திரியர் மட்டுமல்ல அனைத்து வர்ணத்தாரும் அவரவர் சுய-தர்மத்தைப் பின்பற்ற வேண்டும் என்பதை பகவத்கீதை போதிக்கிறது.

கீதையின் நான்காவது அத்தியாயத்தின் பதிமூன்றாவது பாடலில் கிருஷ்ணன் கூறுகிறார், "என்னால் குணங்களுக்குத் தக்கபடி கருமங்களை வகுத்து நான்கு வர்ண முறைப்பாடு உருவாக்கப்பட்டது." இவ்வாறு கீதையில் நேரடியாகக் கூறப்பட்டுள்ளது. அதுமட்டுமல்லாது நான்கு வர்ணத்தாருக்கான வேலைகளும் கீதையில் கூறப்பட்டுள்ளன.

"பிராமணர், சத்திரியர், வைசியர், சூத்திரர் ஆகியோரின் கடமைகள் இயற்கையில் இருந்து உண்டான குணங்களுக்கு ஏற்ப பிரிக்கப்பட்டிருக்கின்றன.
மனவடக்கம், புலனடக்கம், தவம், தூய்மை, பொறுமை, நேர்மை, ஞானம், அனுபவ ஞானம், ஆத்திகம் ஆகியவை பிராமணர்களுக்கு இயல்பான கடமைகள் ஆகும்.
வீரதீரம், துணிவு. உறுதி, திறமை, போரில் புறங்காட்டாமை, ஈகை, ஆளுமை ஆகியவை சத்திரியர்களுக்கு இயல்பாக உண்டான கடமைகள் ஆகும். வேளாண்மை, பசுக்களைக் காத்தல், வணிகம் இவை வைசியர்களுக்கு உரிய இயல்பான கடமைகள் ஆகும். பிறருக்குச் சேவை வடிவான கடமை

சூத்திரர்களுக்கு இயல்பாக ஏற்பட்டதாகும்.
மனிதன் ஒவ்வொருவரும் தன்னுடைய கடமையினை கண்ணுங் கருத்துமாகச் செய்வானேயானால் சித்தி அடைவதற்கு உரிய பக்குவ நிலை அடைகிறான்"

(பகவத்கீதை 18:41-45)

சித்தி அடைவதற்கு உரிய பக்குவம் என்றால் முக்தி அடைவதற்கு உரிய பக்குவம் என்று பொருள் ஆகும். இதைப் படிக்கும்போது குணங்களுக்கு ஏற்ப வர்ணம் வகுக்கப்பட்டுள்ளது, இது இயல்பானதுதானே என்று மேலோட்டமாகப் பார்த்தால் தோன்றும். இதற்கு அடுத்து வருகிற கீதையின் பாடல் வைதீகத்தின் போக்கைத் தெளிவுபடுத்துகிறது.

"நன்கு கடைப்பிடிக்கப்பட்ட பிறருடைய கடமையைக் காட்டிலும் குறைகளுடையதாயினும் தனக்கான கடமையே உயர்ந்தது.
இயல்புக்கு ஏற்ப விதிக்கப்பட்ட கடமைகளைச் செய்கிறவன் பாவத்தை அடையமாட்டான்.
குறைகள் உடையதாயினும் உடன் பிறந்த கடமையை ஒருவன் விடக்கூடாது. ஏனென்றால் புகையால் சூழப்பட்ட நெருப்பு போல எல்லாச் செயல்களும் குறையினால் சூழப்பட்டுள்ளன"

(பகத்கீதை 18:46)

கீதையின் மூலமாக தெரிவது என்னவென்றால், ஒருவனுக்கு விதிக்கப்பட்ட கடமையைச் சிறப்பாகச் செய்யாது போனாலும் பரவாயில்லை, அதையே செய்ய வேண்டும். நெருப்பு தேவையான ஒன்று, நெருப்பைப் பயன்படுத்தும்போது புகையைக் கக்குகிறது என்பதனால் பயன்படுத்தாமல் இருக்க முடியுமா?. அதுபோலக் குறைவு உடையதாயினும் ஒவ்வொருவருக்கும் பிறப்பால் விதிக்கப்பட்ட கடமையைத் தவறாது செய்ய வேண்டும். மேலும் விதிக்கப்பட்ட கடமையை விடுத்து மற்ற கடமையைச் சிறப்பாகச் செய்ய முடிந்தாலும் அதைச் செய்யாதே, அப்படிச் செய்தால் பாவம் ஏற்படும் என்று கீதையால் எச்சரிக்கப்படுகிறது.

ஆதிசங்கரர் இதற்கு விரிவுரையில் கூறிய ஒரு பகுதியை மட்டும் இங்கே பார்ப்போம். ஒருவனின் சுயதர்மம் குறையுள்ளதாயினும் இதில் உள்ள **"ஆயினும்"** *என்னும் சொல்லை மனதிற் கொள்க என்கிறார் ஆதிசங்கரர்.*

இதை ஓர் உதாரணத்தின் மூலம் விளக்குகிறார். விஷத்தில் புழுத்த புழுக்களுக்கு விஷம் தீமை செய்யாது. அதுபோல சுபாவத்தால் தனக்கமைந்த கடமையைச் செய்வதால் ஒருவனுக்கு பாவம் உண்டாகாது என்று விளக்கம் கொடுக்கிறார்.

இதன் மூலம் நமக்கு என்ன தெரிகிறது?

ஒரு பிராமணன் சிறப்பாக விவசாயம் செய்ய முடிகிறது என்றால் அவன் விவசாயம் செய்யக்கூடாது, அவனுக்கு விதிக்கப்பட்ட செயல்கள் குறைபாடு உடையதாக இருந்தாலும் பரவாயில்லை. இதன் மூலம் சிறந்த செயல்களுக்கு மதிப்பு கொடுக்காமல் பிறப்பால் உருவான வர்ணாசிரமத்துக்கு கீதை மதிப்புக் கொடுக்கிறது என்பது தெரிகிறது. குணங்களுக்குத் தக்கப்படி வர்ணாஸ்ரம தர்மம் விதிக்கப்படவில்லை என்பது இதில் இருந்து புரிகிறது.

சுயதர்மத்தைக் கடமையாகச் செய்வது கர்ம யோகம் ஆகும். அதாவது பிறப்பால் உருவாக்கப்பட்ட கடமையைச் சிறப்பாகக் கடைப்பிடிப்பது கர்ம யோகம். இதை முடித்து முக்தியை அடைய முனைவது ஞான யோகம். கர்மத்தைச் செய்வதற்குத் தகுதியுடையவன், ஞான மார்க்கத்தில் செல்லும் தகுதியைப் பெறுவதற்குமுன்பு கர்மங்களைச் செய்தல் அவசியம் (4-46) ஆகும் என்று ஆதிசங்கரர் பகவத்கீதையின் விரிவுரையில் எழுதியுள்ளார்.

முக்தியைப் பற்றிப் பேசியிருந்தாலும் அதற்கு முன்பு கர்மத்தை அதாவது சுயதர்மத்தைக் கடைப்பிடிப்பது அவசியம் என்றே ஆதி சங்கரர் வலியுறுத்தி உள்ளார். ஞான யோகத்துக்குச் செல்வதற்குச் சித்த சுத்தியாகக் கர்ம யோகத்தை அதாவது சுயதர்மத்தைச் செய்ய வேண்டும். சித்த சுத்தி என்றால் மனத்தூய்மை - மனத்தெளிவு. மனத்தெளிவு பெற வேண்டுமானால் சுயதர்மத்தை அதாவது சாதி தர்மத்தைக் கடைப்பிடிக்க வேண்டும். அப்போதுதான் செய்கின்ற செயல்களினால் கர்மவினைகள் சேராது. பிறவிகள் ஏற்படாது.

சம்சாரத் தொடர்பை ஒழிக்கவேண்டும் என்றால் அதாவது பிறவித்தொடர்ச்சி முடியவேண்டும் என்றால் சுயதர்மத்தைக் கடைப்பிடிக்க வேண்டும். இதுபற்றி ஆதிசங்கரர் கூறுவதை அப்படியே பார்ப்போம்.

"வேதத்தைப் பிரமாணமாக முழுதும் நம்பியவனுக்குச் சுயதர்மத்தைக் கடைப்பிடிப்பதால் மனத்தூய்மையும்

ஏற்படுகிறது. இங்ஙனம் மனத்தூய்மை பெற்ற அவனுக்கு இறை அனுபூதி கிடைக்கிறது. அதுவே சம்சாரத்தை நாசமடையச் செய்கிறது"
(விவேக சூடாமணி- 148)

சுய தர்மத்தைக் கடைப்பிடிப்பது எப்படி என்பது முக்கியமான ஒன்றாகும். சாதிய தர்மத்தை நிஷ்காமிய கர்மமாகச் செய்ய வேண்டும். அதாவது பிறப்பால் உருவான கடமையைப் பலன் எதிர்பார்க்காமல் செய்ய வேண்டும். அப்படிச் செய்தால்தான் வினைத் தொடர்ச்சி ஏற்படாது. அதாவது மறுபிறப்பு உண்டாகாது. செய்கின்ற வேலையின் பலனை நாடினால் அது கர்மாவாகத் தொடரும். பலனை எதிர்பார்க்காமல் செய்தால் அந்த வினை கழிந்துவிடும், புதிய வினையும் ஏற்படாது என்பது வினைக்கோட்பாட்டின் கருத்து.

செய்கின்ற தொழிலில் பலனை எதிர்பார்க்காமல் இருந்தால் சித்த சுத்தி - மனத்தூய்மை ஏற்பட்டு முக்தி நோக்கிய ஞான மார்க்கத்தில் பயணிக்க முடியும்.

உண்மையில் முக்தி என்பது அத்வைதத்தில் முக்கியமான ஒன்றல்ல, மனத்தூய்மைக்காகக் கர்ம யோகத்தை அதாவது வேதாந்தத்தால் நிர்ணிக்கப்பட்ட சுயதர்மத்தைப் பலனை எதிர்பார்க்காமல் செய்ய வேண்டும் என்பதைப் போதிப்பதற்கே அத்வைதம் தோற்றுவிக்கப்பட்டுள்ளது. அதனால்தான் சுயதர்மத்தை அத்வைதம் வலியுறுத்திப் பேசுகிறது.

பகவத்கீதையின் மற்றொரு பாடலுக்கு ஆதிசங்கரரின் விரிவுரையைப் பார்ப்போம்.

"கர்மம் செய்கையில் எச்சூழ்நிலையிலும் அதன் பயன்மீது பற்று வைக்காதே. கர்மத்தின் பயனிலே உனக்கு எப்போது பற்று உண்டாகுமோ அப்போது நீ கர்மத்தின் பயனைப் பெறுவதற்குக் காரணமாவாய். ஆகையினால் உனது நோக்கம் கர்மத்தின் பயன்கள் மீது இல்லாதிருக்கட்டும். கர்மத்தின் பயன்மீது பற்றுடையவனாக ஒருவன் கர்மத்தைச் செய்யும்பொழுது அக்கர்மத்தின் பயனாக அவன் மீண்டும் பிறப்பெடுக்கிறான். பயன்மீது பற்று வைக்கக் கூடாதெனில் இத்துன்பமிகு கர்மத்தைச் செய்வதால் என்ன பயன் என்று கருதி நீ கர்மம் செய்யாமலும் இராதே".

(பகத்கீதை 2:47)

துன்பம் மிகுந்து காணப்பட்டாலும் சுய-தர்மத்தைக் கைவிடாதே என்பதே ஆதிசங்கரரின் கருத்தாக இருக்கிறது. சமூகத்தில் மனிதர்களிடையே ஏற்றத்தாழ்வு ஏற்பட்டதற்கு அநித்தியப் பொருளான உலகப் பொருளில் ஈடுபட்டதே காரணம் என்று அத்வைதம் கூறுகிறது. மாறுகின்ற பொருளால் நித்திய இன்பம் கிடைக்காது, நித்திய இன்பமானது ஆத்ம ஒருமையிலேயே இருக்கிறது. சுயதர்மத்தை முடித்துவிட்டு ஆத்ம ஒருமைக்கும், முக்திக்கும் செல்ல வேண்டும் என்கிறது அத்வைதம்.

அச்சம் என்பது பன்மையினால் ஏற்படுகிறது. இந்த உலகம் பன்மைமயமானது. ஆத்ம ஒருமையில் பன்மை மறைந்து போகிறது, அச்சம் இல்லாது போகிறது. உலகப் பொருட்கள் என்கிற பன்மையினால் ஏற்படுகிற துன்பங்களுக்கு, அச்சத்துக்குத் தீர்வாக முக்தியை அடையவேண்டும் என்கிறது அத்வைதம்.

உலகத்தில் காணப்படும் துன்பங்களைக் கண்டு இயக்கவியல் பொருள்முதல்வாதம் அச்சப்படவில்லை. உலகத் துன்பங்களுக்குக்கான காரணத்தையும் அதனை நீக்குவதற்கான வழியினையும் மார்க்சியத் தத்துவமான இயக்கவியல் பொருள்முதல்வாதம் அறிந்துள்ளது.

சமூகத்தில் உள்ள வேறுபாடுகளுக்குக் காரணமாக வரலாற்றியல் பொருள்முதல்வாதம் என்ன கூறுகிறது, பழங்குடிச் சமூகத்தில் உள்ள மனிதர்கள் உணவைச் சேகரித்தனர், கிடைத்ததை அனைவரும் சமமாகப்பங்கிட்டனர். காலம் செல்லச் செல்ல கருவிகளைப் பயன்படுத்தினர். அப்போது சற்று கூடுதலாகப் பொருள் கிடைத்தது. பிறகு உழைப்புப் பிரிவினை ஏற்பட்டது, இறுதியில் சொத்துடைமை தோன்றியது.

அதாவது பழங்குடிச் சிதைவின்போது சொத்துடைமை தோன்றியது. பழங்குடிகளிடம் காணப்பட்ட ஆதிப் பொதுவுடைமைச் சமூகம் சிதைந்தது. சிதைவைத் தொடர்ந்து உழைப்பைப் பெறுபவர் உயர்ந்தவராகவும் உழைப்பைச் செலுத்துபவர் தாழ்ந்தவராகவும் கருதப்பட்டனர். உழைப்பைச் செலுத்துபவர் ஏழைகளாகவும் உழைப்பைப் பெறுபவர் பணக்கார்களாகவும் மாறினர். இதுமுதல் வர்க்க வேறுபாடு சமூகத்தில் தோன்றியது.

சமூகத்தில் உள்ள இன்றைய பெரும்பான்மையான துன்பங்களுக்கு இந்தச் சொத்துடைமையே காரணம் ஆகும். சொத்துடைமை

இருக்கும்வரை வர்க்க வேறுபாட்டை ஒழிக்க முடியாது. சொத்துடைமையின் உச்ச வடிவமான முதலாளித்துவத்தின் சிதைவின்போது சொத்துடைமை அழிக்கப்படுகிறது. அனைத்தும் பொதுவுடைமை ஆக்கப்படுகிறது. அதனைத் தொடர்ந்து வர்க்க வேறுபாடு முடிவுக்கு வருகிறது.

உலகத்தில் காணும் துன்பங்களுக்குக் காரணத்தையும் அதைத் தீர்ப்பதற்கான வழியினையும் இயக்கவியல் பொருள்முதல்வாதம் இவ்வாறு விளக்குகிறது.

உலகத்தை மாற்றமுடியாது என்பதே அத்வைதத்தின் கருத்தாகும். இதை சிருங்கேரி ஜகத்குரு ஸ்ரீமத் அபிநவ வித்யாதீர்த்த மகாஸ்வாமிகள் கூறுகிறார்:-

"உலகத்தை நம்மால் மாற்ற முடியாது. உலகம் தானாகச் செயல்பட்டுக் கொண்டிருக்கின்றது. அதில் ஒவ்வொருவனும் அவனவனுக்குப் பொருத்தமான வழியில் சென்று கொண்டிருக்க வேண்டும். உலகத்தில் ஓரளவு பற்று வைத்திருப்பவனை நோக்கி வேதம், "நீ கர்மாவைச் சரிவர செய்து கொண்டுவா! உலகத்தையும் பார்த்துக்கொண்டுவா" என்று கூறுகிறது."
(முத்தி நெறி-பக்-113)

அத்வைதம் சமூக வேறுபாட்டுக்குத் தீர்வு இல்லை என்று முக்திக்கு அழைப்பு விடுக்கிறது. அதுவரை வர்ணாசிரம வழியில் நிர்ணயிக்கப்பட்ட வேலைகளை பலனை எதிர்பார்க்காமல் செய்ய கட்டளை இடுகிறது. இந்த அகநிலைக் கருத்துமுதல்வாதத் தத்துவம், வர்க்க வேறுபாடுள்ள சமூகத்தில் ஆளும் வர்க்கமான சுரண்டும் வர்க்கத்துக்குச் சாதகமாக இருக்கிறது.

சமூகத்தில் காணப்படும் துன்பங்களுக்கு இங்கே தீர்வில்லை என்று கூறுகிறது. இப்படிக் கூறுவதின் மூலம் அத்வைதம் இருக்கும் சமூகத்தை அப்படியே ஏற்கும்படி உழைக்கும் மக்களுக்கு அறிவுறுத்துகிறது. ஏற்றத்தாழ்வான நிலைமையை எதிர்த்துப் பயனில்லை என்று கூறுவதின் மூலம் இருக்கும் சுரண்டல் சமூகத்தை அப்படியே ஏற்கும்படி செய்கிறது. இந்தத் தத்துவத்தின் போக்கு சுரண்டும் வர்க்கத்துக்குச் சாதகமாக இருக்கிறது.

பொருள்முதல்வாதம் சமூக வேறுபாட்டுக்குத் தீர்வாகச்

சொத்துடைமையின் நீக்கத்தைக் கோருகிறது. அதன் மூலம் சமூகத்திலேயே சிறப்பாக ஆனந்தமாக வாழ வழிகாட்டுகிறது. இந்த பொருள்முதல்வாத வழிகாட்டுதல் உழைக்கும் மக்களுக்குச் சாதகமாக இருக்கிறது.

அத்வைதம் சுரண்டும் வர்க்கத்தின் நலனைப் பிரதிபலிக்கிறது, இயக்கவியல் பொருள்முதல்வாதம் தொழிலாளர்களின் வர்க்க நலனைப் பிரதிபலிக்கிறது.

வர்க்க முரண்பாட்டின் வெளிப்பாடே தத்துவம் ஆகும். அதனால் தத்துவங்கள் வர்க்கச் சார்புடையதாகவே காணப்படுகின்றன.

அத்வைதமும் ஒருமை பேசுகிறது. இயக்கவியல் பொருள்முதல்வாதமும் ஒருமை பேசுகிறது. ஆனால் இரண்டும் வேறுவேறான ஒருமையைப் பேசுகின்றன.

மார்க்சிய ஒருமையை முதலில் பார்ப்போம். உலகில், பிரபஞ்சத்தில் பல பொருட்கள் இருக்கின்றன. அவை ஒவ்வொன்றும் தனித்திருக்கின்றன. அதன் தனித்த தன்மையே அதன் தன்மையை வெளிப்படுத்துகிறது. அதே நேரத்தில் எவையும் பிறவற்றுடன் தொடர்பற்றுத் தனித்து இருப்பதில்லை, அனைத்துடனும் இணைந்து காணப்படுகின்றன. இதையே மார்க்சியம் பொருளாயத ஒருமை என்று கூறுகிறது. மார்க்சிய பொருளாயத ஒருமை, பன்மையை ஏற்று அதனில் காணும் ஒருமை பற்றிப் பேசுகிறது.

அத்வைத ஒருமை, பன்மையை மாயை என்று மறுத்து பரமாத்மா ஒன்றே உண்மையானது என்று ஒருமை பேசுகிறது.

அத்வைத ஒருமையைச் சிறிது விளக்கமாகப் பார்ப்போம்.

ஆத்மாவைத் தவிர்த்த பொருட்கள் உலகில் நிறைந்து காணப்படுகின்றன. இந்தப் பன்மையே அச்சத்தை ஏற்படுத்துகிறது. ஆத்மாவும் பரமாத்மாவும் ஒன்று என்கிற ஐக்கியம் ஏற்பட்டவுடன் அச்சம் ஏற்படுவதில்லை என்கிறது அத்வைத ஒருமை. தத்துவமசி என்கிற உபநிடதச் சொல்லும் ஆத்மா-பிரம்ம ஒருமையைக் குறிக்கிறது. நீ அதுவாக இருக்கிறாய் என்பதே தத்துவமசி என்பதன் பொருளாகும். அதாவது ஆத்மாவே பரமாத்மாவாக இருக்கிறது.

முக்தி நிலையாக, ஆத்மா, பரமாத்மாவை அடைதல் என்று அத்வைதம் கூறவில்லை. பிரிந்ததாக கருதிய அறியாமை நீங்கியது,

சேர்ந்தே ஒருமையாக இருப்பதை அறிந்து கொண்டது. இதற்கு புதியதாக எதையும் செய்ய வேண்டாம். இந்த ஞானம் வந்தால் போதும் என்கிறது அத்வைதம். இதைப் புரிந்து கொள்வதற்கு ஒரு உதாரணத்தைப் பார்ப்போம். கழுத்தில் போட்டிருந்த தங்க மாலை குளிப்பதற்கு முன் கழற்றி வைக்கப்பட்டது. குளித்துவிட்டு வந்து பார்க்கும்போது காணவில்லை என்று வைத்துக்கொள்வோம். அப்போது அந்த மனிதருக்கு அச்சம் ஏற்படும், எவ்வளவு மதிப்புள்ள பொருள் காணவில்லையே என்று பதற்றம் ஏற்படும். வழக்கமாக வைக்கும் இடத்தில் வைக்காமல் மாற்றி வைத்ததால் கண்ணில் படவில்லை. இப்போது கிடைத்துவிட்டது. அந்த மனிதருக்குப் பதற்றம் குறைந்து பெருத்த ஆனந்தம் ஏற்படுகிறது. எதையும் இழக்காமல் எப்படித் துன்பம் ஏற்படுகிறது என்றும் பார்வையில் பட்டவுடன் ஆனந்தம் ஏற்படுகிறது என்றும் பார்த்தோம்.

இந்த ஆனந்தம் புதியதா?, அந்தப் பொருள் முன்பே அவனிடம் இருந்ததுதான். அதை இழந்ததாகத் தவறாக எண்ணப்பட்டது. மாயையாகக் கருதப்பட்டது, மாயையாக இருந்தபோது துன்பம் ஏற்படுகிறது, மாயை நீங்கியபோது பழைய இன்பம் தொடர்கிறது. அதேபோல அறியாமையினால் ஆத்மா பரமாத்மாவிடம் இருந்து பிரிந்ததாகத் துன்பப்பட்டுக் கொண்டிருந்தது. அறியாமை நீங்கியவுடன் ஞானம் கிடைத்தது. சத்சித் ஆனந்தம் என்பதை அறிந்துகொண்டது. சத்சித் ஆனந்தம் என்றால் என்றும் ஆனந்தமயமானது என்று பொருள்.

ஆத்மா இயல்பிலேயே ஆனந்தமயமானது, அதை அறியாததினால்தான் உலகில் நிலையற்ற பொருட்களில் நிலையற்ற இனபத்தை மனிதன் தேடிக் கொண்டிருக்கிறான். இவ்வுலகம் நித்தியமானது அல்ல, ஆத்மாவே நித்தியமானது என்கிற அறிவைப் பெற்று உலகியல் விதிக்கப்பட்ட சுயதர்மத்தை அதாவது பிறப்பால் உருவான வர்ணாசிரம தர்மத்தை, பலனை எதிர் பார்க்காமல் செய்தால் வினைகள் கரைந்து போகும். புதிய வினைகள் ஏற்படாது என்கிறது அத்வைதம்.

அத்வைத ஒருமையானது உலக இன்பத்தை மாயை என்று கூறி முக்தியில் ஆனந்தத்தைக் காட்டுகிறது. அதன் காரணமாக அத்வைதம் உலகை வெறுத்து ஆத்ம விடுதலைக்கு அழைப்பு விடுக்கிறது. மார்க்சிய ஒருமையானது அத்வைத ஒருமையை

விமர்சித்து, சொத்துடைமையை ஒழிப்பதின் மூலம் இந்த உலகத்திலேயே ஆனந்தத்தைக் காட்டுகிறது. இயக்கவியல் பொருள்முதல்வாதம் உலகத்தில் துன்பங்களுக்கு அடிப்படை சொத்துடைமை என்பதைப் புரிந்து அதை ஒழிப்பதற்கான போராட்டத்துக்கு அழைப்பு விடுக்கிறது.

இயக்கவியல் பொருள்முதல்வாதம் அத்வைதத்தை மட்டும் விமர்சிக்கவில்லை, தனக்கு எதிரான அனைத்துத் தத்துவப் போக்குகளையும் விமர்சிக்கிறது.

பொருள்முதல்வாதப் பார்வையில் அத்வைதம் விமர்சிக்கப்பட்டது போல அனைத்துக் கருத்துமுதல்வாதப் போக்குகளும் விமர்சிக்கப்பட வேண்டும்.

௳⊙௸

பகுதி 2

"எல்லாவற்றிற்கும் ஆதாரமாயும் எல்லாப் பொருட்களையும் பிரகாசிக்கச் செய்யும் சக்தியாகவும், அனைத்தின் வடிவாயும், எங்கும் நிறைந்ததாயும், உருவமற்றதாயும், நிரந்தரமானதாகவும், பரிசுத்தமானதாகவும், அசைவற்றதாகவும், மாறுபாடு அற்றதாகவும், இரண்டற்ற ஒன்றாகவும் உள்ள பிரம்மம் எதுவோ அதுவாகவே நான் இருக்கிறேன்."

(விவேக சூடாமணி - 514)

5. ஆதி சங்கரரின் படைப்புகள்

ॐ▽ॐ

[இப்பகுதியில் ஆதி சங்கரரின் படைப்புகள் பற்றிய விளக்கம் வாசகர்களின் புரிதலுக்காகத் தனி இயலாக வழங்கப்படுகிறது]

ஆதி சங்கரரின் படைப்புகளைப் பார்க்கும் முன்பாக அவரது எழுத்துக்களில் காணப்படும் தத்துவமான அத்வைதத்தைச் சுருக்கமாகப் பார்ப்போம். அப்படிப் பார்த்த பின்பு படைப்புகளைப் படிக்கும்போது தத்துவத்தைப் புரிந்து கொள்வது எளிதாக இருக்கும்.

இந்த உலகத்தில் காணும் பொருட்கள் மாறிக் கொண்டே இருக்கின்றன. அவை நிலைத்த தன்மையற்றவை அதனால் இதனை அத்வைதம் அநித்தியமானவை என்கிறது. நிலையற்ற இந்த உலகப் பொருட்களால் கிடைக்கும் இன்பமும் நிலையற்றவை. விருப்பும் வெறுப்பும் நிறைந்துள்ள இந்த உலகம் கனவு போன்றதே. கனவில் காணும் உலகம் பொய்யானதே. அதேபோல் நனவில் காணும் உலகமும் மாயையானதே. இந்த உலகின் நிலையற்ற பன்மைத் தன்மையினால்தான் அச்சமும் துன்பமும் நேர்கிறது. நிலையற்ற பொருட்களால் மக்களுக்கு அமைதி கிடைக்காது. செய்கின்ற வினைகளினால் பிறவிகள் தொடர்கின்றன. இந்த பிறவித் தொடர்ச்சியே சம்சார பந்தம் எனப்படுகிறது. அதனால் நிலையான பொருளை (நித்திய அநித்திய விவேகம்) நாடிச் செல்ல வேண்டும். நிலையான பொருள் (நித்தியமானது) ஆத்மா.

இதை அறியா மனிதன் தன்னை உடலாக நினைத்துக் கொண்டிருக்கிறான். இந்த உலகம் உண்மையானது (சத்தியமானது) என்ற தவறான நினைப்பில் இருக்கிறான். இது மாயையானது. இதற்கு இருப்பு கிடையாது, இருப்பிடம் இல்லாமலும் இல்லை, இது இரு வகைப்பட்டதன்று, இதுவே மாயையின் நிலை. இந்த

மாயையின் அடிப்படையில் தோன்றியதே உலகம். பிரம்மம் சத்தியம். உலகம் அசத்தியம் இதனையே அத்வைதம் "பிரம்மம் சத்தியம் உலகம் மித்" என்று கூறுகிறது.

தன்னை உடலாகக் கருதுவதை விடுத்து ஆத்மா என்ற நிலையான தன்மை பெற்றவன் என்பதை மனிதன் உணர வேண்டும். அந்த ஆத்மா தனித்த ஆத்மா கிடையாது. அது பரமாத்மாவின் (பிரம்மத்தின்) விலகலாகத் தோன்றுகிறது. உண்மையில் பரமாத்மா மட்டுமே உண்மையானது. பிரம்மத்திற்கு வேறான ஒன்றுக்கு இருப்பு கிடையாது. இருப்பாகத் தோன்றுவது மாயையின் தோற்றமே.

"நீயே அது" (தத்துவமசி) என்கிற வேதாந்த மகாவாக்கியத்தை உணர்ந்து **"நானே பிரம்மம்"** என்பதைப் புரிந்து **"ஜீவ பிரம்ம ஐக்கியம்"** என்பதை அறிய வேண்டும். துன்பமயமான இந்தப் பன்மையாகக் காணும் உலகத்தை அத்வைதம் **"வியவகார உலகம்"** என்கிறது. இந்த வியவகார உலகம் மாயையானது. இந்த மாயையில் இருந்து விடுபடுவதே (முத்தி) விடுதலையாகும். வியவகார உலகில்தான் வேறுபாடுகள். பரமார்த்த உலகில் அனைத்தும் ஒன்றே, ஒருமையே.

ஞானம் பெறுவதற்குக் கர்மம் (செயல்) துணைபுரிகிறது. அந்தச் செயலைப் பற்றில்லாமல் அதாவது பலன் கருதாமல் செய்தால் அந்தச் செயல் கர்மவினையை ஏற்படுத்தாது. இந்தச் செயல் ஞானத்திற்கு வழிகாட்டாது. ஆனால் ஞானம் பெறுவதற்குத் தேவைப்படுகிற மனத்தூய்மையை (சித்த சுத்தி) ஏற்படுத்தும். மனத்தூய்மை பெற்றவனை ஞான யோகத்திற்குத் தயார்படுத்துகிறது. பிறகு, துன்பமயமான பன்மைத்தன்மை உடைய வெளிஉலகத்தில் இருந்து விடுபட்டு இயல்பிலேயே என்றும் ஆனந்தமயமானவன் (சச்சித் ஆனந்தன்) என்பதை அறிந்து மனிதன் இன்பத்தில் திளைக்கிறான்.

பிரம்மத்தில் இருந்து பிரிந்தாகக் கருதுவதை விடுத்து பிரம்மமாய் இருப்பதை உணர்வதே ஞானமாகும். இந்த ஞானமே சம்சாரத்தில் இருந்து (முக்தியை) விடுதலை தருகிறது.

இதுதான் ஆதிசங்கரரின் அத்வைதத்தின் சாரம் ஆகும். இந்த சாரத்தை ஆதிசங்கரரின் படைப்புகளின் வாயிலாக அறிந்து கொள்ளலாம்.

படைப்புகள்

ஆதிசங்கரரின் படைப்புகளை மூன்று வகையாகப் பிரிக்கலாம், பாஷியங்கள், வேதாந்தப் பிரகரணங்கள், தோத்திரப் பாடல்கள். முதல் வகையில் உபநிடதங்கள், பிரம்ம சூத்திரம், பகவத் கீதை ஆகியவற்றுக்கு எழுதிய விரிவுரை அடங்கும், இதுவே பாஷியங்கள் என்று அழைக்கப்படுகிறது. இந்த விரிவுரைகளை அத்வைத சித்தாந்தத்தில் ஓரளவுக்குத் தேர்ச்சி பெற்றவர்களே படித்து அறிந்து கொள்ளமுடியும்.

எளிய மக்களும் அறிந்து கொள்வதற்காகச் சில நூல்களை ஆதிசங்கரர் எழுதியிருக்கிறார், அவ்வகை நூல்களுக்கு வேதாந்த பிரகரணங்கள் என்று பெயர். ஒரு பாடல் (ஏகசுலோக பிரகரணம்) முதற்கொண்டு ஆயிரத்து எட்டு பாடல்களைக் கொண்ட (சர்வ வேதாந்த சித்தாந்த சாரஸங்கிரகம்) நூல்கள் இதில் அடங்கும். அடுத்து பஜகோவிந்தம் போன்ற தோத்திரப் பாடல்கள்.

அத்வைத சித்தாந்தைச் சுயமாகப் படித்தறிய வேண்டும் என்று விரும்புகிற தொடக்க வாசகர்கள் முதலில் தோத்திரப் பாடல்களையும் அடுத்து வேதாந்தப் பிரகரணங்களையும் இறுதியாக விரிவுரை (பாஷியம்) நூல்களையும் படிக்கலாம். தற்போது தமிழிலேயே ஆதிசங்கரர் எழுதிய நூல்கள் கிடைக்கின்றன. ராம்கோ குழுமம் நடத்துகிற ஸ்ரீமதி லிங்கம்மாள் ராமராஜூ சாஸ்த்ரப்ரதிஷ்ட்டா டிரஸ்ட் **"பகவத் கீதை", "பிரம்ம சூத்திரம்"** ஆகியவற்றிற்கு ஆதிசங்கரர் எழுதிய விரிவுரையை (பாஷியம்) நூலாக வெளியிட்டுள்ளது. ஸ்தோத்திர நூல்களையும் வேதாந்த பிரகரண நூல்களையும் தொகுத்து **"ஸ்ரீ ஜகத்குரு க்ரந்தமாலா"** என்ற பெயரில் பத்து பாகங்கள் மறுபதிப்பாக வெளியிட்டுள்ளது.

பாகம் 1 (ஸ்தோத்திரம்) 1. ஸ்ரீ கணேச பஞ்சரத்தினம், 2. ஸ்ரீ கணேச புஜங்கம், 3. ஸ்ரீ சுப்பிரமணிய புஜங்கம், 4. சிவ புஜங்கம், 5. சிவ பஞ்சாட்சர ஸ்தோத்திரம், 6. சிவ நாமாவள்யஷ்டகம், 7. சிவபஞ்சாட்ரச நட்சத்திரமாலா ஸ்தோத்தரம், 8. அர்த்தநாரீச்வர ஸ்தோத்திரம்.

பாகம் 2 (தேவி ஸ்தோத்திரங்கள் & ஸ்ரீஸௌந்தர்யலஹரி) 1. ஸ்ரீ லலிதா பஞ்சரத்னம், 2. கௌரீ தசகம், 3. ஸ்ரீ திரிபுரசுந்தரி அஷ்டகம், 4. மந்திரமாத்ருகா புஷ்பமாலாஸ்தவம், 5. ஆனந்த லஹரி, 6. ஸ்ரீ சாரதா புஜங்கப்ரயாதாஷ்டகம்,

7. பவானீ புஜங்கம், 8. கல்யாண விருஷ்டிஸ்தவம், 9. ஸ்ரீ ஸௌந்தர்யலஹரி.

பாகம் 3 (பிரகரணங்கள் -4) 1. விவேக சூடாமணி (582)

பாகம் 4 ஸ்ரீ லலிதாதிரிசதீ ஸ்தோத்திரம்

பாகம் 5 (ஸ்ரீ சிவ ஸ்தோத்திரங்கள்) 1. ஸ்ரீ தட்சிணாமூர்த்தி ஸ்தோத்திரம், 2. ஸ்ரீ சிவகேசாதி பாதாந்த வர்ணன ஸ்தோத்திரம், 3. ஸ்ரீ மிருத்யுஞ்ஜய மானசிக பூஜா ஸ்தோத்திரம், 4. தசச்லோகீ ஸ்துதி, 5. ஸ்ரீ சிவபாதாதிகேசாந்த வர்ணனை 6. ஸ்ரீ தட்சிணாமூர்த்தி வர்ணமாலா ஸ்தோத்திரம், 7. வேதாஸாரசி ஸ்தோத்திரம், 8. காலபைரவாஷ்டகம், 9. ஸீவர்ணமாலா ஸ்துதி, 10. ஸ்ரீ சிவானந்த லஹரீ.

பாகம் 6 (ஸ்ரீ விஷ்ணு ஸ்தோத்திரங்கள்) 1. பிரபோத ஸீதாகரம், 2. பஜகோவிந்தம், 3. ஸ்ரீ கிருஷ்ணாஷ்டகம், 4. விஷ்ணுபாதாதி கேசாந்த ஸ்தோத்திரம், 5. ஸ்ரீ விஷ்ணு புஜங்கபிரயாத ஸ்தோத்திரம், 6. பாண்டுரங்காஷ்டகம், 7. ஜகந்நாதஷ்டகம், 8. ஸ்ரீ ஹரி ஸ்துதி, 9. ஸ்ரீ லட்சாமீநிருஸிம்ஹ கருணாரஸ ஸ்தோத்திரம், 10. ஸ்ரீ லட்சாமீநிருஸிம்ஹ கருணாரஸ ஸ்தோத்திரம், 11. ஸ்ரீ ராமபுஜங்க பிரயாத ஸ்தோத்திரம், 12. ஹனுமத் பஞ்சரத்தினம், 13. அச்யுதாஷ்டகம்

பாகம் 7 (வேதாந்த பிரகரணங்கள் -1) 1. ஆத்மபோதம், 2. உபதேச பஞ்சகம், 3. பிரஹ்மாநுசிந்தனம், 4. ஏககுலோக பிரகரணம், 5. அத்வைத பஞ்சரத்னம், 6. யதிபங்சகம், 7. மாயா பஞ்சகம், 8. மநீஷா பஞ்சகம், 9. ஸ்ரீ தட்சிணாமூர்த்தி அஷ்டகம், 10. அத்வைதானுபூதி, 11. தத்வோபதேசம், 12. ஸ்ரீ குர்வஷ்டகம், 13. தன்யாஷ்டகம், 14. ஸ்வாத்ம பிரகாசிகா, 15. அநாத்ம ஸ்ரீ விகர்ஹணம், 16. நிர்வாணஷ்டகம், 17. ஸ்வரூபானுஸந்தானஷ்டகம், 18. நிர்வாண மஞ்ஜரி, 19 ஜீவன்முக்த ஆனந்தலஹரீ.

பாகம் 8 (வேதாந்த பிரகரணங்கள் -2) 1. .ஸ்வாத்ம நிரூபணம், 2. ஸதாசாரனுஸந்தானம், 3. நிர்குணமானஸ பூஜா, 4. லகுவாக்ய விருத்தி, 5. பிரௌடாநுபூதி, 6. தச சுலோகீ, 7.

சத சுலோகீ, 8. ஸ்ரீ ஹஸ்தாமலகீய பாஷ்யம்.
பாகம் 9 (வேதாந்த பிரகரணங்கள் -3) 1. அபரோ சாட்சானுபூதி, 2. வாக்கிய விருத்தி, 3. உபதேச ஸாஹஸ்ரீ சாரம், 4. பரிஸங்கியான பிரகரணம்.

பாகம் 10 - 1. சர்வவேதாந்த சித்தாந்த சாரஸங்கிரகம்.

இதில் தொகுக்கப்பட்ட பல நூல்கள் தமிழில் இதுவரை வெளிவரவில்லை. ஆதிசங்கரரின் சித்தாந்ததத்தைத் தமிழில் முழுமையாகப் படிப்பதற்கு இந்தத் தொகுப்பு பயனுள்ளதாகிறது. ஆதிசங்கரரின் நூல்கள் முழுமையாக இதில் தொகுக்கப்பட்டதாக பதிப்புரையில் கூறவில்லை என்றாலும் தத்துவபோதம், சாதனா பஞ்சகம், கனகதார ஸ்தோத்தரம் போன்றவை இத்தொகுப்பில் இடம் பெறவில்லை. **"தத்துவ போதம்"** என்ற நூல் ஆதிசங்கரர் எழுதியதா? என்ற ஐயத்தைப் பலர் எழுப்புகின்றனர். ஒன்பதாவது பாகத்தின் இறுதியில் உள்ள பிரகரணமான **"பிரச்நோத்தர ரத்நமாலிகா"** என்ற கேள்வி பதில் வடிவிலான நூல் அவரால் எழுதப்பட்டதா? என்ற ஐயம் அதனைப் படிக்கும்போது ஏற்படுகிறது.

"சர்வவேதாந்த சித்தாந்த சாரஸங்கிரகம்" என்ற 1006 பாடல்களைக் கொண்ட நூல் - ஸ்ரீ சந்திர சேகரேந்திர ஸரஸ்வதி சங்கரச்சாரிய ஸ்வாமிகள் இந்நூலை ஆதிசங்கரர் எழுதியதாகக் கூறியபோதும் தெய்வத்தின் குரல் பதிப்பாசிரியர், அடிக்குறிப்பில் சதானந்தர் என்பவர் எழுதியதாகக் கருதப்படுவதாகக் கூறுகிறார். இந்நூலில் சூனியவாதத்தை மறுத்து எழுதப்பட்டுள்ளதைக் காணும் போது, அத்வைதத்தை விமர்சிக்கும் பிற வேதாந்திகள், ஆதி சங்கரரை **"மாறுவேடம் போட்ட புத்தர்"** என்ற கருத்தை மறுக்குமுகமாகவும் பிற்கால புத்தத்தில் காணப்படும சூனியவாதமும் ஆதிசங்கரரின் நிர்குண பிரம்மமும் ஒன்று என்கிற விமர்சனத்தை மறுக்கும் விதமாக இந்நூலில் சூனியவாதம் விமர்சிக்கப்பட்டுள்ளது. இதனைக் கொண்டு பார்க்கும்போது பிற்காலத்தில் ஆதிசங்கரரை மறுத்தவர்களுக்கு மறுப்பாக எழுதப்பட்டதாகவே தெரிகிறது.

"சென்ட்ரல் சின்மயா மிஷன் டிரஸ்ட்" ஆதிசங்கரரின் நூல்கள் பலவற்றைத் தனித்தனி நூலாகத் தமிழில் வெளியிட்டுள்ளனர். **"விவேக சூடாமணி"** நூலை ஸ்வாமி சின்மயானந்தர் விரிவாக எழுதியுள்ளார். பல ஆண்டுகளுக்கு முன்பே **"விவேக சூடாமணி"**

(உரையாசிரியர் அண்ணா) நூலை ஸ்ரீ ராமகிருஷ்ண மடம் வெளியிட்டுள்ளது. தற்போது ஆதிசங்கரரின் கருத்தை அறிவதற்குப் போதுமான அளவிற்கு நூல்கள் தமிழில் கிடைக்கின்றன. நேரடியாகவே ஆதிசங்கரரின் அத்வைதத்தை அறிந்து கொள்ள முடியும்.

சித்தாந்த நூல்களின் படைப்புக்கு நான்கு வகையான இலக்கணங்கள் கூறப்படுகின்றன, இதனை சமஸ்கிருதத்தில் பிரபந்த சதுஷ்டயம் என்று அழைக்கிறார்கள். இந்த நான்கு இலக்கணத்துக்கு உட்பட்டே சித்தாந்த நூல்கள் எழுதப்பட வேண்டும். இந்த நான்கின் சமஸ்கிருதச் சொல்லை முதலில் காண்போம். 1.வஸ்து, 2.சம்பந்தம், 3.அதிகாரி, 4.பிரயோசனம். வஸ்து என்றால் பொருள், ஒரு நூல் ஒரு பொருளை விளக்குவதற்கு எடுத்துக் கொள்ளப்பட வேண்டும். சம்பந்தம் என்றால் நூலில் கூறப்படும் கருத்துக்களுக்கு இடையே தொடர்பு, கோர்வையாகவும், படிப்படியாகவும் விளக்கப்பட வேண்டும். அதிகாரி என்றால் இந்த நூலைப் படிக்கும் வாசகன் அல்லது மாணவன். குறிப்பிட்ட நூலை எந்தப் பக்குவநிலையில் உள்ள வாசகர்கள் படித்தால் பயனை அடைவார்கள். அந்தக் குறிப்பிட்ட நூலைப் படிக்க வாசகனுக்குத் தேவைப்படும் அடிப்படைத் தகுதிகள். பிரயோசனம் என்றால் நூலைப் படிப்பதால் கிடைக்கும் பலன்.

ஆதிசங்கரரின் நூல்கள் முக்தியை இறுதிப் பொருளாகக் கொண்டே எழுதப்பட்டுள்ளன. அவரின் நூல்களின் இறுதிக் குறிக்கோள் முக்தி அடையவதே ஆகும். முக்தி அடைவதற்கான வழிகளையே கோர்வையாகக் கூறுகின்றன.

இந்த வகையில் அவரின் நூல்களைப் படிக்க வேண்டும் என்றால் அவன் முமுட்சுவாக இருக்க வேண்டும். முமுட்சு என்றால் முக்தியை அடைவதற்கு முயல்பவன். நூலினைப் படிக்கும் அதிகாரி அதாவது வாசகன் முக்தி அடைய வேண்டும் என்பதைக் குறிக்கோளாகக் கொண்டவனாக இருக்க வேண்டும்.

ஆதிசங்கரர் ஞான யோகத்தையே வலியுறுத்தி எழுதி உள்ளார், அதனால் அவரது நூல்களைப் படிக்கத் தகுதியானவன் முக்தியை அடைய வேண்டும் என்கிற விருப்பம் கொண்டவனே ஆகும். இருந்தாலும் கர்ம யோகம் செய்வது ஒருவனை ஞான யோகத்துக்கு தயார் படுத்தும். அதாவது கர்ம யோகம் ஒருவனின்

மனதைச் சித்தசுத்தி (மனத்தெளிவு) அடையச் செய்து ஞான யோகத்தை மேற்கொள்வதற்கு தயார்படுத்தும், ஆனால் கர்ம யோகம் ஞான யோகத்தின் தொடக்கநிலை என்று ஆதிசங்கரர் கூறவில்லை என்பதை நினைவில் கொள்ள வேண்டும்.

ஆதிசங்கரர் எழுதிய நூல்களின் இறுதிக் குறிக்கோள் முக்தியே ஆகும். கர்ம யோகத்தின் வழியாக மனத்தெளிவு பெற்று, ஞான யோகத்துக்குத் தகுதி அடைந்து, ஞான யோகத்தில் பயணித்து இறுதியில் ஆத்ம-பிரம்ம ஐக்கியம் என்கிற முக்தியை அடைவதாகும். அவரது நூல்களின் பயன் முக்தி அடைவதே ஆகும். இவைகளைப் புரிந்து கொண்டு ஆதிசங்கரரின் நூல்களைப் படிக்க வேண்டும். கீழே ஆதி சங்கரரின் நூல்கள் இதனடிப்படையில் அறிமுகம் செய்யப்பட்டுள்ளது.

தோத்திரப் பாடல்கள்

அத்வைத சித்தாந்தியான ஆதிசங்கரர் பல ஸ்தோத்திரப் பாடல்களையும் எழுதியிருக்கிறார். ஸ்ரீ கணேச பஞ்சரத்தினம், ஸ்ரீ கணேச புஜங்கம், ஸ்ரீ சுப்பிரமணிய புஜங்கம் தொடங்கி ஸ்ரீ லலிதா பஞ்சரத்தினம், கௌரீ தசகம், பவானீ புஜங்கம், ஸ்ரீ லலிதா திரிசதீ ஸ்தோத்திரம், ஸ்ரீ சௌந்தரிய லஷரீ போன்ற தேவி ஸ்தோத்திரங்களும், சிவ புஜங்கம், ஸ்ரீ தட்சிணாமூர்த்தி ஸ்தோத்திரம், ஸ்ரீ சிவாதாதி கேசந்த வர்ணன ஸ்தோத்திரம், கால பைரவாஷ்டகம், ஸ்ரீ சிவானந்த லஹரி போன்ற சிவ ஸ்தோத்திரங்களும், பிரபோதசூதாகரம், பஜகோவிந்தம், விஷ்ணு பாதாதி கேசாந்த ஸ்தோத்திரம், ஸ்ரீ விஷ்ணு புஜங்கப்ராயாத ஸ்தோத்திரம், பாண்டுரங்கஷ்டகம், ஜகந்நதாதஷ்டகம், ஹனுமத் பஞ்சரத்தினம், சுலோகநுக்ரமணிகை போன்றவையும் ஸ்ரீ விஷ்ணு ஸ்தோத்திரங்கள் என்ற நூலும் இதில் அடங்கும்.

"ஸ்ரீ கணேச புஜங்கம்" என்ற தோத்திரப் பாடலில் கணேச பெருமானை, பிறவியை நாசம் செய்வதற்குக் காரணமானவராக பாடப்பட்டுள்ளது. அத்வைதத்தின் நோக்கமே சம்சாரக்கடலில் இருந்து கரைசேரவேண்டும் என்பதே ஆகும். **"ஸ்ரீ சுப்பிரமணிய புஜங்கம"** தோத்திரத்தில் நான்காவது பாடல், "எப்போது மனிதர்கள் என்னுடைய சந்நிதியை அடைந்தார்களோ அப்பொழுதே அவர்கள் உலக வாழ்க்கையாகிய கடலின் கரையை அடைந்தவர்களாகின்றனர் என்று மறைமுகமாக வெளிப்படுத்திக் கொண்ட எவர் சமுத்திரத்தின் கரையில் இருக்கின்றாரோ

அப்படிப்பட்ட உலகைப் பரிசுத்தம் செய்கின்ற பராசக்தியின் புதல்வரான சுப்ரமணியனைப் போற்றுகிறேன்" என்கிறது.

"ஸ்ரீ லலிதா பஞ்சரத்தினம்" ஸ்தோத்திரத்தின் மூன்றாம் பாடல், "பக்தர்களால் விரும்பப்படுவதை எல்லாம் கொடுப்பதில் எப்பொழுதும் ஈடுபட்டதாகவும் சம்சாரமாகிற கடலைத் தாண்டுவதற்கு ஓடமாகவும், தாமரையில் வீற்றிருக்கும் பிரம்மா முதலான தேவ சிரேஷ்டர்களால் பூஜிக்கத்தக்கதாகவும் பத்மம், அங்குசம், த்வஜம், சக்கிரம் இவைகளாகிய ரேகைகளுடன் நிறைந்து பிரகாசிக்கிறதாகவும் உள்ள லலிதாதேவியின் பாதங்களாகிற தாமரையைக் காலையில் வணங்குகிறேன்" என்கிறது.

"கௌரீ தசகம்" என்ற ஸ்தோத்திரத்தின் இரண்டாம் பாடல் "வெளிவிஷயங்களில் இருந்து மனசைத்திருப்பி இழுத்து, தியானம் செய்து சித்த விருத்தியேயில்லாத சமாதி நிலையில் நிலையாக இருப்பதை அடைந்தவர்களுடைய சித்தத்தில் எப்பொழுதும் ஆனந்தத்தின் எல்லையைக் கொடுப்பவளாயும் என்றும் இருக்கும் தன்மை அறிவாகவேயிருத்தல், ஆனந்தமாயிருத்தல் என்கிற சுவபாவத்துடன் கூடினவளாயும் வெகு சூட்சுமமான சொரூபத்தையுடையவளாயும் தாமரைக் கண்களையுடைவளாயும் இருக்கிற அந்த தாயாரான கௌரியை நான் துதிசெய்கிறேன்" என்கிறது.

"ஸ்ரீ சௌந்தரிய லஷரீ" நூறு பாடல்களைக் கொண்டது, முதல் நாற்பத்தியோரு பாடல்கள் "**ஆனந்த லஹரீ**" என்று அழைக்கப்படுகின்றன. மீதமுள்ள ஐம்பத்தி ஒன்பது பாடல்கள் அம்பிகையின் கேசம் முதல் பாதம்வரையிலான வர்ணனையாக உள்ளவை "**ஸ்ரீ சௌந்தரிய லஷரீ**" என்றும் அழைக்கப்படுகிறது. நாற்பத்தி மூன்றாம் பாடல் "ஹே பராசக்தியே, அடர்த்தியாயும் பசையுள்ளதாயும் மிருதுவாயும் உள்ள, நன்றாக மலர்ந்த நீலோத்பவ புஷ்பக் குவியலை ஒத்த உன் கேச சமூகமானது எங்களுடைய அஞ்ஞானத்தைப் போக்கட்டும்" என்கிறது.

ஆதிசங்கரர் சிவனைப் பற்றி நிறைய நூல்களில் பாடியிருக்கிறார். எந்த மூர்த்தியைப் (கடவுளை) பாடுகிறாரோ அந்தக் கடவுளே பரம்பொருளின் வடிவமாகப் பார்க்கிறார்.

ஸ்ரீ தட்சிணாமூர்த்தி ஸ்தோத்திரத்தின் பதினைந்தாம் பாடல்:-

"பூமியில் எவ்வளவோ தேவதைகள் இருக்கின்றனர். அவர்கள்

என்னுடைய மனதிற்கு உகந்தவர்களாக இல்லவேயில்லை. அறிவற்றவர்களுக்கு அருள் புரிவதில் தீட்சைபெற்ற தென்திசையை நோக்கியிருப்பவரே தேவதை"

முனிவர்களுடைய மாயையை நீக்கி அதுதான் நீ (தத்துவமசி) என்ற ஞானத்தை அளிப்பவராகவும், கடைக்கண் பார்வைகளால் கடுமையான சம்சாரம் என்னும் வெப்பத்தின் தாபத்தைத் தணிப்பதற்குக் கடைக்கண் பார்வைகளைச் செலுத்துபவராகவும் உள்ள தட்சிணாமூர்த்தி பிரம்ம வித்தையைக் கற்றுக்கொடுத்து என்னுடைய அஞ்ஞானத்தால் உண்டாகும் இருளை நீக்கட்டும் என்று பாடியுள்ளார்.

"மகாதேவர் இரக்கத்தால் துரத்தப்பட்ட மீதமற்ற இருள் கூட்டத்தை உடைய சிறந்த ஞான முத்திரையால் அடிக்கடி முனிவர்களுடைய மாயையை நீக்கி, அதுதான் நீ என்ற ஞானத்தை அளிக்கின்றார்.
எல்லையற்ற கருணையாகிய அமுதத்தின் அலைகளையுடைய கடைக்கண் பார்வைகளால் கடுமையான சம்சாரம் என்னும் வெப்பத்தால் தாபத்தை அடைந்த முனிவர்களைப் பார்க்கின்றவரும் குருக்களுக்கு எல்லாம் குருவான தட்சிணாமூர்த்தியை நான் வணங்குகிறேன்.
முழுமுதற்கடவுளான ஆலமரத்தடியில் வசிக்கும் தட்சிணாமூர்த்தி சிறந்த கருணையால் என்முன் தோன்றியவராய் ஓம்கார ரூபமாகிய பிரம்ம வித்தையை கற்றுக்கொடுத்து என்னுடைய அஞ்ஞானத்தால் உண்டாகும் இருளை நீக்கட்டும்" (3-5)

சிவனைப் பற்றிப் பாடும்போது விஷ்ணு முதலிய தேவர்களால் வெல்ல முடியாதவராகச் சிவனைக் குறிப்பிடுகிறார். இது போலவே எந்தத் தேவரைப் பாடுகிறாரோ அவரே நிர்குண பிரம்மத்தின் சகுண பிரம்மாகக் கருதுகிறார். **"ஸ்ரீ ஹரிதுதி"** *என்ற ஸ்தோத்திரத்தின் பதினெட்டாவது பாடல் இதனை முழுமையாக வெளிப்படுத்துகிறது.*

ஒரு பொருளாக இருக்கிற எவரை புத்திபேதத்தால், பிரம்மா, விஷ்ணு, ருத்ரன், அக்னி, சூரியன், சந்திரன், இந்திரன், வாயு, யக்ஞன் என்றிவ்வாறு கற்பனை செய்து பலவாகச் சொல்கிறார்கள் என்கிறது அப்பாடல். அவதார புருஷரான ராமரைப் பாடும் **"ஸ்ரீ ராமபுஜங்க பிரயாத ஸ்தோத்திரம்"** *என்ற ஸ்தோத்திரப் பாடலின் முதல் பாடல், மங்களம் தருபவனும், அழிவற்றவனும் ஒருவனும் எங்குமுள்ளவனும் ஆனந்தத்தையே வடிவமாகக் கொண்டவரும்*

உருவமற்றவரும் நன்கு கொண்டாடத்தக்கவரும் மகேசுவரனும் கலைகளுக்கு அதிபதியும், தேவர்களுக்குத் தலைவனும், சிறந்த ஈசனும், மனிதனுக்கு ஈசனும், தனக்கு வேறு தலைவனற்றவனுமான ராமன் என்று பெயருள்ள சக்ரவர்த்தியைச் சரணடைகிறேன் என்கிறது. இதில் ஆதிசங்கரர் அவதார ராமனையே உருவமற்றவர் என்றுதான் கூறுகிறார்.

"தசச்லோகீ ஸ்துதி" இரண்டாவது பாடலில் விஷ்ணு முதலிய தேவர்களுடைய கூட்டங்களும் மூன்று பட்டினங்களையுடைய திரிபுரர்களைத் தாங்களாகவே வெல்ல இயலாதவர்களாக இருப்பதையும் வென்ற சிவபெருமானின் வல்லமைகளையும் பாடியுள்ளார்.

"ஸ்ரீ சிவபாதாதிகேசாந்த வர்ணனை" ஸ்தோத்தரத்தில் சிவனின் பாதம்முதல் கேசவரையிலான உருவம் வர்ணிக்கப்படுகிறது. உருவக்கடவுளைப் பாடினாலும் அக்கடவுள் தன்னுடைய மனதில் விளங்கட்டும் என்றுதான் பாடுகிறார்.

"முத்துக்கள், மாணிக்கங்கள் இவைகளின் கூட்டங்களால் கட்டப்பட்ட பெரிய கோட்டைச் சுவர்களையுடையதாயும் பார்க்கத்தக்கதாயும் ஒவ்வொரு திசையிலும் கட்டப்பட்ட பதிக்கப்பட்ட விலை மதிக்கமுடியாத ரத்னங்களையுடைய திக்பாலர்களுடைய வீடுகளாலும் மலையரசனின் மகளாகிய பார்வதி தேவியின் பணிப்பெண்களால் சேவிக்கத்தக்கதான தோட்டங்களாலும் சூழப்பட்டதும் மனதைக் கவரக்கூடியதுமான உலகனைத்திற்கும் தலைவனான பிறைச் சந்திரனைத் தலையில் கொண்ட பரமேச்வரனுடைய இருப்பிடம் எப்பொழுதும் என்னுடைய மனதில் விளங்கட்டும்"(13)

சம்சாரம் என்னும் பெருங்கடலில் அகப்பட்டவர்கள் கடவுளின் அருள் இல்லாமல் கரைசேர முடியாது. சம்சார பந்தத்தில் ஆழ்ந்தவர்கள் தமது பயத்தைப் போக்குவதற்கும் அதில் இருந்து விடுபடுவதற்கும் தட்சிணாமூர்த்தியைத் தியானிப்பதாக **"ஸ்ரீ தட்சிணாமூர்த்தி வர்ணமாலா ஸ்தோத்திரம்"** என்ற நூலின் ஆறாம் பாடல் கூறுகிறது. சம்சாரக் கடலில் சுழலுகிறவர்கள் அக்கரை சேர்வதற்கு தட்சிணாமூர்த்தியிடம் செலுத்தும் பக்தியே உறுதியான ஓடமாகிறது, ஆனந்தக்கடலான தட்சிணாமூர்த்தியைத் தியானிக்கிறேன் என்கிறது பதினைந்தாவது பாடல்.

"சம்சாரக் கடலில் இருந்து மிகவும் பயந்த பாக்கியசாலிகளான சாதுக்கள் எவருடைய முழுமையான சந்திரன் போன்ற காந்தியுள்ள முகத்தை வணங்குகிறார்களோ அந்த நாசமற்றவரும் ஆலமரத்தடியில் அமர்ந்திருப்பவரும் ஆத்மஸ்வரூபியுமான தட்சிணாமூர்த்தியைத் தியானிக்கிறேன்" (6)

"சம்சாரரூபமான கடலில் சுழலுகிறவர்களுக்கு அதன் அக்கரையை அடைவதற்கு எவருடைய சரணத்தில் செலுத்தும் பக்தியானது, உறுதியான ஓடமாக ஆகிறதோ, எல்லோராலும் வணங்கத்தக்கவரும் எங்கும் இருப்பவரும் ஆனந்த சமுத்திரமாக இருப்பவரும் பிரத்யகாத்மாவாயுமுள்ள அந்த தட்சிணாமூர்த்தியைத் தியானிக்கிறேன்" (15)

வெளிவிஷேசங்களின் மீது புலன்கள் செல்வதைத் தடுத்து, பிராணனை அடக்குவதில் திறமைமையுள்ளவர்கள் மனதை அடக்கி ஆத்மஸ்ரூபமாக இருக்கும் தட்சிணாமூர்த்தியை அறிந்து அவரைத் தியானம் செய்வதாக 18ஆம் பாடல் கூறுகிறது. வெளிவிஷேசங்கள் என்றால் நமக்கு வெளியே உலகத்தில் காணும் பொருட்கள் ஆகும்.

"உலகப் பொருட்களின் மீது போகும் புலன்களை அவற்றிலிருந்து திருப்புதல், பிராணனை அடக்குதல் இதுமுதலியவற்றில் திறமையுள்ளவர்களாலும், பக்தர்களாலும், அடக்கமுள்ளவர்களாலும் மனதை அடக்கியவர்களாலும் முயற்சிக்கிறவர்களாலும் வேகமாக எவர் தனது ஆதமஸ்வரூபமாகவே அறியப்படுகிறாரோ, அந்த பிரத்யகாத்மாவான தட்சிணாமூர்த்தியைத் தியானம் செய்கிறேன்."

பிரம்ம தத்துவத்தை அறிந்து கொள்ளாததினால் பிறப்பு, இறப்பு என்ற சம்சார பந்தம் ஏற்டுகிறது. அதனை அறிந்து கொண்டவுடன் பந்தம் விலகுகிறது. சம்சாரத்திற்கு அறியாமைதான் (அஞ்ஞானம் - அவித்தை) காரணம். அறியாமை தோன்றவில்லையாயின் சம்சார பந்தம் ஏற்படப்போவதில்லை. இதனை உபநிடதம் தெளிவுபடுத்துகிறது.

அறியாமை என்னும் திரையால் பிரம்மம் மறைக்கப்பட்டுள்ளதால் அதனை அறிய முடியவில்லை. அதுமட்டுமல்லாது அறியாமை பிரம்மத்தை மறைப்பதோடு இல்லாத பிரபஞ்சத்தையும் ஜீவனையும் கடவுளையும் தோற்றுவிக்கிறது. அறியாமை நீங்கிவிட்டால்

பிரபஞ்சம், ஜீவன், கடவுள் ஆகியவற்றின் மாயையான தோற்றம் மறைந்துவிடுகிறது. மாயையின் தோற்றத்திற்கு அறியாமையே காரணமாகும். அறியாமை என்ற மயக்கம் நீங்கியவுடன் பிரம்மம் ஏகமாகக் காட்சியளிக்கிறது

கண், காது போன்ற இந்திரியங்களும் மனமும் விழிப்பு நிலையில் செயற்படுகின்றன. இந்திரியங்கள் அடங்கி மனம் மட்டும் கனவில் செயற்படுகிறது. இந்திரியம் மனம் அடங்கி அறியாமை மட்டும் உள்ள நிலையே உறக்கம். இந்த மூன்று அவஸ்தையின்போது பிரம்மத்தை அறிந்திடமுடியாது. இந்த மூன்று அவஸ்தையில் இருந்து விடுபட்டபோது பிரம்மமே தமது ஆத்மஸ்வரூபம் என்பதை அறிந்து கொள்ளலாம்.

"எவரை அறியாததனாலேயே மனிதர்களுக்குச் சம்சார பந்தமும் எவரை அறிந்துகொள்வதனாலேயே முக்தியும் ஏற்படுகிறது என்று உபநிடதம் தெளிவாகச் சொல்கிறதோ, அந்த ஆதி குருவும் பிரதியகாத்மாவுமான தட்சிணாமூர்த்தியைத் தியானிக்கிறேன்.

எந்த ஸ்வரூபம் அவித்தை என்ற திரைத்துணியால் மறைக்கப்பட்ட பொழுதுதான், இந்த பிரபஞ்சமும் ஜீவன் பரமாத்மா என்ற தன்மையும், சூரியனுடைய கிரணங்களில் நீர்போல் ஆரோபிதமாகத் தோன்றுகிறதோ எல்லா வேற்றுமைகளும் நீங்கிய அந்த பிரதியகாத்மஸ்வரூபியான தட்சிணாமூர்த்தியைத் தியானிக்கிறேன்.

எந்தஸ்வரூபத்தில் உறக்கம், கனவு, விழிப்பு ஆகிய அவஸ்தையும் பிராணனும் மனமும் இல்லையோ, எவர் எங்கும் உள்ளவராகவும், எல்லா ஸ்வரூபமாகவும் இருக்கிறாரோ, எவர் விகாரமற்றவராகவும் கலப்பில்லாத சுத்த சச்சிதானந்த ரூபமாகவும் இருக்கிறாரோ, அந்த பிரதியகாத்ம ஸ்வரூபியான தட்சிணாமூர்த்தியைத் தியானம் செய்கிறேன்.

உள்ளே விளங்கும் எந்த பிரம்மம் தனது ஆதஸ்வரூபமாக அறியப்பட்டதும், அநாத்மபிரமம் இவ்வாறு எப்படி நீங்கிவிட்டது? ஹா ஹா, என்றிவ்வாறு முனிவர்களில் சிறந்தவர்கள் ஆச்சர்யத்தை அடைந்தனரோ அந்த பிரதியகாத்மாவான தட்சிணாமூர்த்தியைத் தியானிக்கிறேன்."

(ஸ்ரீ தட்சிணாமூர்த்தி வர்ணமாலா ஸ்தோத்திரம் - 21 - 24)

பிரபஞ்சத்தின் தோற்றம் மாயையானதுதான். ஆனால் அது இல்லாததில் இருந்து தோன்றவில்லை, பிரம்மம் என்கிற இருப்பில்

இருந்தே தோற்றம் பெற்றது. பிரம்மத்திற்கு உடல் கிடையாது, மாயையிலுள்ள சத்வம், ரஜஸ், தமஸ் ஆகிய மூன்று குணங்கள் கொண்டு உடலைப் பெறுகிறது.

பிறப்பற்றது, என்றும் இருப்பது, காரணப்பொருளுக்கு காரணமாகிறது, ஆதியும் அந்தமும் இல்லாத மேலான பரிசுத்தமானவர், இரண்டற்றவர் என்றே சிவனைச் சரணடைவதாக **"வேதசார சிவ ஸ்தோத்திர"** த்தின் பாடல்கள் கூறுகின்றன.

> **"எவரிடம் இருந்து பிரபஞ்சம் உண்டாகிறதோ, எவரால் காப்பாற்றப்படுகிறதோ, எவரிடம் பிரபஞ்சம் லயமடைகிறதோ, அந்த பரமாத்மாவும் ஒருவராயும் உலகிற்குக் காரணமாயும் முதன்மையானவரும், ஆசையற்றவரும், உருவமற்றவரும், பிரணவத்தால் அறியத்தக்கவருமான ஈசனை பூஜிக்கிறேன். எவருக்கு பூமி இல்லை, தண்ணீரும் இல்லை, தேஜஸ் இல்லை, வாயு இல்லை, ஆகாசமும் இல்லை, சோம்பல் இல்லை, தூக்கம் இல்லை, சூடும் இல்லை, குளிர்ச்சியும் இல்லை, தேசம் இல்லை, வேஷம் இல்லை, உடல் இல்லை, மும்மூர்த்தி வடிவினரான அவரைத் துதிக்கிறேன். பிறப்பல்லாதவரும் எப்பொழுதும் இருப்பவரும் காரணப் பொருட்களுக்கும் காரணமாக இருப்பவரும், நான் மாத்திரமாக இருப்பவரும், பிரகாசிக்கும் பொருட்களையும் பிரகாசப் படுத்துபவரும், நான்காவது பொருளும் அஞ்ஞானத்திற்கு அப்பாற்பட்டவரும், ஆதியும் அந்தமும் இல்லாதவரும, மேலானவரும், பரிசுத்தமானவரும், இரண்டற்றவருமான சிவனைச் சரணடைகிறேன்."** (5-7)

விஷ்ணுவைப் பற்றி நிறைய நூல்களை ஆதிசங்கரர் எழுதியிருக்கிறார். **"பிரபோதசுதாகரம்"** என்ற நூல் ஸ்தோத்திரப்பாடலாகவே தொகுக்கப்பட்டுள்ளது. ஆனால் இது பத்தொன்பது தலைப்புகளில் எழுதப்பட்ட வேதாந்தப் பிரகரணமாகவே இருக்கிறது. இது பிரம்மத்தை முன்வைத்து எழுதப்படாமல் கிருஷ்ணனை வைத்து எழுதப்பட்டுள்ளது. அதனால் இதனை ஸ்தோத்திரத்தில் சேர்த்துள்ளனர். இதில் பக்தியைவிட ஞானமே முதன்மைப்படுத்திப் பாடப்பட்டுள்ளது.

"பிரபோதசுதாகரம்" என்ற இந்நூலில் 19 பிரகரணங்கள் காணப்படுகின்றன. மொத்தப் பாடல்கள் 256. தேகநிந்தா பிரகரணம் என்ற முதல் தொகுப்பில் 28 பாடல்கள் இடம்பெற்றுள்ளன.

தேகாபிமானம் விலக வேண்டும் என்பதற்காக தேகத்தில் உள்ள குறைகளை இப்பாடல்கள் எடுத்துக்காட்டுகின்றன. கர்ப்ப அவஸ்தையில் இருந்து வாழ்க்கையில் காணப்படும் துன்பங்களைத் தொகுத்தளிக்கிறது. 19ஆவது பாடல் தேகத்தில் வெறுப்பு கொள்ளும்படியாக உள்ள குறைகளைச் சுட்டிக்காட்டுகிறது.

"உடல், இரத்தம், எலும்பு, தாதுக்கள், மஜ்ஜை, கொழுப்பு, இறைச்சி முதலியவைகளின் தொகுப்பு, அது வெளியே தோலால் கட்டப்பட்டிருக்கிறது. ஆகையால் காக்கைகளால் சாப்பிடப்படுகிறதில்லை."

"விஷயநிந்தா பிரகரணம்" 23 பாடல்களைக் கொண்டுள்ளது. வெளி விஷயங்களை நிந்தித்தலே இந்தப் பிரணமத்தின் நோக்கமாகும்.

"முட்டாள் விஷங்களின் தொடர்பால் உண்டான சிற்றின்பமாகிய சேற்றினால் பூசுவதை வீணாகச் செய்கிறான். தீவினையாகிய மழையால் பலமற்ற உடலாகிய வீடு விழுந்தே தீரும்" (1)

மனிதனது உடல் வீடு போன்றது. பலத்த மழை பெய்யும்போது வீட்டின் மண்சுவர் நனைந்து விழுந்துவிடும். அதனைச் சேற்றைப்பூசிக் கீழே விழாமல் பாதுகாக்க முனைவதுபோல் இந்த உடல் சம்சார சாகரத்தில் தத்தளிக்கிறது, அதில் இருந்து விடுபடுவதற்கு விஷயங்களால் உண்டாகும் சிற்றின்பமாகிய சேற்றைப் பூசுவதால் விடுபடலாம் என்று நினைக்கிறது. அவ்வாறு விடுபட முடியாது என்பதை இப்பாடல் சுட்டுகிறது.

"மனோநிந்தா பிரகரணம்" இது 3 பாடல்களைக் கொண்டுள்ளது.

"பேராசையாகிய அரக்கியால் வியாபிக்கப்பட்ட மனம், ஒருசமயம் சிரிக்கிறது, ஒருசமயம் அழுகிறது. பிரமை அடைந்ததாகப் பத்து திசைகளிலும் அலைகின்றது. ஒருசமயம் மகிழ்ச்சி கொள்கிறது, ஒருசமயம் கோபம் அடைந்தாகவும் நல்ல சுபாவவம் உள்ளதாகவும் கெட்ட சுபாவம் உள்ளதாகவும் சிலவற்றை இகழ்கிறது, சிலவற்றைப் புகழ்கிறது. எதையோ மிகுந்த சினத்துடன் வெறுக்கிறது, ஒருசமயம் தன்னைப் புகழ்ந்து கொள்கிறது. இவ்வாறு மனம் பிசாசுத்தன்மை உள்ளதாக ஆயிற்று.

வழியில் விழுந்து கிடக்கின்ற எலும்புத் துண்டு போன்ற மனம், நாய்கள் போன்ற ஆடம்பரத்தாலும் **"நான்"** என்ற செருக்காலும் பேராசையாலும், காமம், கோபம், ஆசை இவற்றாலும் நான்கு

பக்கங்களிலும் இழுக்கப்படுகிறது.

ஆகையால் தூய வைராக்கியத்தை உடையவனாக மனம் விரும்பும் பொருளை விட்டுவிட வேண்டும், அந்த மனதை ஆசையற்றதாகச் செய்ய வேண்டும், அதனால் செயலற்றதாக ஆகிறது."

"விஷயநிக்ரஹ பிரகரணம்" இதில் வெளிவிஷய நாட்டத்தை அடக்குவதற்கான வழிகளாக ஒன்பது பாடல்கள் உள்ளன. உலகத்தில் உள்ள பொருட்களை வெளிவிஷயம் என்று கூறுகிறது.

> **"விஷயங்களுக்கும் (பொருட்களுக்கும்) புலன்களுக்கும் தொடர்பு ஏற்படும்பொழுது, ஒரு விநாடி நேரத்தில், யாதொரு இன்பம் உண்டாகிறதோ, அந்த இன்பம் பொருள் நாசமடையும் பொழுது உயிருள்ளவரையிலும் துனமாக ஆகிவிடுகின்றது. ஆகையால் அவ்விரண்டுகளுக்குள் விடத்தகுந்ததையோ, ஏற்றுக்கொள்ளத்தக்கதையோ மிகவும் தீர்மானமாக, நன்கு ஆலோசித்து, புத்தியுள்ள மனிதன், அற்ப சுகத்தினுடைய தியாகத்தினால் மிகுந்த துன்பத்தை விட்டுவிடுகிறான்"** (6-7)

"சகுண நிர்குண ஐக்கிய பிரகரணம்" என்ற தலைப்பு, சகுண பிரம்மமும் நிர்குண பிரம்மமும் ஒன்றே என்பதை விவரிக்கிறது. சகுண பிரம்ம எல்லோராலும் பார்க்கக்கூடிய உருத்தைக் கொண்டது, நிர்குண பிரம்மம் என்பது உருவமற்றது சாதாரணக் கண்கொண்டு அறிந்திட முடியாதது. இதன் அடிப்படையில் எழும் சந்தேகத்தை இத்தலைப்பின் 2ஆவது பாடல் எழுப்புகிறது.

"சகுணமூர்த்தி காணக்கூடிய உடலை உடையவர் அதுபோல ஒருசிறிய இடத்தில் வசிக்கின்றவர் அல்லவா. ஜீவன் போல் ஆசை, கோபம் இவைகளுடன் கூடியவரான அவர் எவ்வாறு பரமாத்மாவாக இருக்க முடியும்?"

சகுண மூர்த்தி பிரம்மம் அல்ல என்பதற்கு மூன்று காரணங்கள் காட்டப்பட்டுள்ளன. முதல் காரணம் காணத்தக்கவர், இரண்டாவது ஒரு சிறிய இடத்தில் வாசம் கொள்கிறார், மூன்றாவது ஜீவனைப் போன்று விருப்பு, வெறுப்பு போன்ற குணங்கள் கொண்டவராக இருக்கிறார்.

சகுணமும் நிர்குணமும் ஒன்றுதான் என்பதைப் பல காரணங்களைக் காட்டி ஆதிசங்கரர் பதிலளிக்கிறார்

பரமாத்மா கண்ணுக்குப் புலப்படாதவர். அதனால்தான் அர்ச்சுனனுக்குத் தன்னுடைய உண்மையான சொரூபத்தை விஸ்வரூபமெடுத்துக் காட்டும்போது கிருஷ்ணர் அர்ச்சுனனின் சாதாரணக் கண்ணால் இதனைப் பார்க்க முடியாது என்று கூறி ஞானக் கண்ணைத் தந்தருளுகிறார். சகுண பிரம்மமாக இருந்த கிருஷ்ணனின் உண்மை உருவத்தைப் பார்ப்பதற்குச் சாதாரணக் கண்போதாது என்பதை அறியமுடிகிறது.

நிர்குண பிரம்மம் என்பது எங்கும் பரந்துள்ளது. சகுண பிரம்மமே ஒரு சிறிய இடத்தில் வாசம் கொள்கிறது என்பதற்கு அடுத்து பதிலளிக்கிறார். சூரியனுடைய வடிவம் கண்கூடாக ஒர் இடத்தில் வட்டமாகக் காணப்படுகிறது. அது உலகு முழுவதையும் விளங்கச்செய்கிறது. எல்லோராலும் எல்லா இடத்திலும் ஒரே நேரத்தில் காணப்படும்படியாக இருக்கிறது. அது போன்றே கிருஷ்ணனின் சகுணமூர்த்தியாய் ஒர் இடத்தில் வசிப்பதாகத் தோன்றினாலும் அவர் எங்கும் நிறைந்த பரமாத்மாதான் என்பதில் சந்தேகமில்லை. அதேபோல் பகவானுக்குப் பகைவனும் நண்பனும், உதாசினனும் இல்லை. நல்லவழியில் நின்ற மரம் நண்பன் என்றோ, எதிரி என்றோ, உதாசினன் என்றோ ஒருவரிடமும் வேற்றுமை இல்லாது அனைவருக்கும் பழங்களைத் தருகிறது. அதுபோலவே பகவானுக்கு வேற்றுமை என்பது இல்லை என்கிறார் ஆதிசங்கரர்.

"பிரபோதசுதாகரம்" என்ற இந்நூலில் காணப்படும் அனைத்து பிரகரணங்களும் வேதாந்த விளக்கங்களாகவே காணப்படுகின்றன. இதனை முழுமையாகப் படித்துவிட்டுப் பிற வேதாந்தப் பிரகரணங்களைப் படிப்பது புரிந்து கொள்வதற்கு எளிதாக இருக்கும்.

"ஷட்பதீ ஸ்தோத்திரம்" ஏழு பாடல்களைக் கொண்டுள்ளது. இதன் முதல் பாடல் விஷ்ணுவைப் பார்த்து வெளிவிஷயங்களில் கொண்டுள்ள ஆசைகளைப் போக்குங்கள் என்று கேட்கிறது. அதாவது தொடர்ந்து ஏற்படும் இந்தப் பிறப்பினால் உண்டான சம்சார பந்தத்தில் சிக்கியுள்ள தன்னை அக்கரையில் சேர்க்கவும் இதற்குத் தடையாக உள்ள வெளி விஷயங்களின் மீது ஆசை, அதன் காரணமாக அலைபாயும் மனத்தையும் அகங்காரத்தையும் தன்னிடம் இருந்து போக்குங்கள்.

அவ்வாறு வெளிப்பொருட்களில் ஈடுபடுவதைப் போக்கிய

பின்பும் ஜீவன், சகுண பிரம்மத்தைச் சேர்ந்ததேயாகும். சகுணமூர்த்தியும் ஜீவனும் சமமானதல்ல. சமுத்திரத்தில் இருந்து தோன்றும் அலைகள் தண்ணீர் உருவமாக இருந்தாலும் உண்மையில் சமுத்திரத்தைக் காட்டிலும் வேறானது அல்ல என்றாலும் சமுத்திரத்தைச் சேர்ந்தது அலை என்பார்களே தவிர அலையைச் சேர்ந்தது சமுத்திரம் என்று சொல்வதில்லை.

> **"நாயகனே, வேற்றுமை நீங்கிய போதிலும், நான் உங்களுடையவன், நீ என்னுடையவரல்ல. அலையல்லவா சமுத்திரத்தைச் சேர்ந்தது. ஓரிடத்திலும் சமுத்திரம் அலையைச் சேர்ந்ததாக இருப்பதில்லை" (3)**

"ஸ்ரீ கிருஷ்ணாஷ்டகம்" என்ற நூலில் 8 பாடல்கள் காணப்படுகின்றன. இதன் இரண்டாம் பாடல் வெளி விஷயங்களில் இருந்து விடுபட்ட என்னுடைய கண்கள் இனி ஈசுவரனின் விஷயமாகட்டும் என்று கூறுகிறது.

"எவரிடம் இருந்து ஆகாசம், வாயு முதலான இந்த எல்லா உலகமும் உண்டாகி இருக்கிறதோ, மது என்ற அசுரனைக் கொன்ற எந்த ஈசுவரன் ஸ்திதி காலத்தில் தன் ஆனந்தாம்சத்தால் எல்லாவற்றையும் காப்பாற்றுகிறாரோ, எவரொருவெனில் தன் அம்சத்தால் பிரளய காலத்தில் தன்னிடத்தில் எல்லாவற்றையும் அடங்கும்படி செய்கிறாரோ, வியாபகராயும், ரட்சகராயும், உலகங்களுக்கு ஈசுவரனாயும் உள்ள, அந்த கிருஷ்ணன் என்னுடைய கண்களுக்கு விஷயமாக ஆகட்டும்."

"விஷ்ணு பாதாதி கேசாந்த ஸ்தோத்திரம்" என்ற நூல் 52 பாடல்களைக் கொண்டுள்ளது. இதில் ஆதிசங்கரர் விஷ்ணுவை பாதம் முதல் கேசம் வரையிலாக வர்ணிக்கிறார். இதில் 25ஆவது பாடலில் விஷ்ணுவை எந்தக் கடவுளாலும் வெற்றி கொள்ள முடியாது என்று ஆதிசங்கரர் பாடுகிறார். அவர் எந்தச் சகுண மூர்த்தியைப் பாடுகிறாரோ அவரே நிர்குண பிரம்மமாக பாவித்துப் பாடுகிறார். விஷ்ணுவைப் போலவே சிவனையும் பாடியுள்ளார். அதேபோல்தான் அனைத்துச் சகுண மூர்த்தியையும் பாடுகிறார்.

"ஸ்ரீ விஷ்ணு புஜங்க பிரயாத ஸ்தோத்திரம்" 14 பாடல்களைக் கொண்டுள்ளது. 8ஆவது பாடல், வெளி விஷயங்களில் அகப்பட்டுக் கொண்டு அலைந்த சம்சார சாகரத்தின் அக்கரையை அடைந்து, இதுவரை வெளி விஷய, அநித்தியப்பொருட்களை,

அதாவது அநாத்மாவை ஆத்மாவாகக் கருதிக் கொண்டிருந்ததில் இருந்து விடுபட்டு, சிறந்த பொருளான சகுண பிரம்மத்தை வணங்குகிறேன் என்கிறது.

"தம் பக்தர்களிடம் காண்பிக்கப்பட்ட உருவமுள்ள பகவானை, நன்கு அடக்கப்பட்ட இந்திரியங்களாகிற குதிரைகளை உடையவனாக எப்பொழுதும் தியானம் செய்து கொண்டிருக்கும் மனிதன் பிறரால் அடைய முடியாத சம்சாரசாகத்தின் அக்கரையை அடைகிறான். சிறந்த பொருட்களைக் காட்டிலும் சிறந்தவரான உமக்கு வணக்கம்."

"ஸ்ரீ ஹரிஸ்துதி" 43 பாடல்களைக் கொண்டுள்ளது. ஒவ்வொரு பாடலும் "சம்சாரமாகிற இருட்டைப்போக்கும் ஹரியை துதிக்கிறேன்" என்றே முடிவடைகிறது.

ஞானம் பெற்றவர்கள் அறியப்படுகிற பொருட்கள் நான் அல்ல என்பதை அறிந்து, பிரம்ம சொரூபமாக இருக்கிறார்கள். அவர்களுக்கு ஈசனான ஹரியே சம்சாரமாகிற இருளைப் போக்கினார். ஹரி பக்தர்கள் வேறுபாடுகளுடன் கூடிய அறியப்படும் பொருட்களைச் சிந்தித்து, இந்த உடலை விட்டுவிட்டுப் பிரம்ம சொரூபத்தில் பிரவேசிக்கிறார்கள். பிரம்மம் அந்தர்யாமியாக எல்லாவற்றிலும் உடலாக கொண்டுள்ளது.

"எதுவெல்லாம் அறியப்படுகிறதோ, அதுவெல்லாம் நான் அல்ல என்று நீக்கி தனது ஆத்மஸ்வரூபமாயும் பிரகாசஸ்வரூபமாயும், ஞானானந்தஸ்வரூபமாயும் உள்ள அந்த பிரம்மஸ்வரூபத்தை அடைந்து அதனிடம் இருக்கிறேன் என்று ஆத்ம ஞானிகள், எந்த ஈசனை அறிகிறார்களோ, அந்த சம்சாரமாகிற இருளைப்போக்கும் ஹரியைத் துதிக்கிறேன்.
ஹரிபக்தர்கள் விகல்பங்களுடன் கூடியதும், அறியத்தக்கதுமான எல்லாவற்றையும் விட்டுவிட்டு மிஞ்சியுள்ள ஆகாயத்திற்கு ஒப்பான ஞானப்பிரகாசத்தை மட்டும் சிந்தித்து உடலை விட்டுவிட்டு எந்த ஸ்வரூபத்தில் பிரவேசிக்கிறார்களோ அந்த சம்சார இருளை அழிக்கும் ஹரியைத் துதிக்கிறேன்.
எவர், எங்கும் இருக்கிறாரோ, எல்லாவற்றையும் உடலாகக் கொண்டவரோ, எவர் எல்லாப் பொருளாக இல்லையோ, இங்கு எல்லாவற்றையும் கட்டாயம் அறிகிறாரோ, எவரை எல்லாம் அறிகிறதில்லையோ, இவ்வாறு எங்கும் அந்தர்யாமியாக அடக்கிக்கொண்டு இருக்கிறாரோ, அந்த சம்சாரமென்னும் இருளைப்போக்கும் ஹரியைத் துதிக்கிறேன்." (10-12)

வெளி விஷயங்கள் வியவகார காலத்தில் நிலைத்து இருப்பது போன்று தோன்றுகிறது. நித்தியமான பிரம்மத்தை அறிந்தவுடன் அந்த பிரம்மமே நான் என்ற ஞானம் ஏற்பட்டவுடன் இவை அநித்தியமானவை என்ற ஞானம் ஏற்படுகிறது. விருப்பு, வெறுப்புகளைக் கொண்டுள்ள சம்சாரம் என்பது அநித்தியமானது. அஞ்ஞானத்தினாலேயே இதுவரை உண்மை என்பதாகக் காட்சி அளித்தது. **"தத்துவமசி"** அதாவது **"அந்த பிரம்மமே நீ"** என்கிற தெளிவு ஏற்பட்டவுடன் மறுபிறவி என்கிற சம்சாரத் தொடர்சி அற்றவர்களாக பிரம்ம நிலை அடைகிறார்கள்.

"பல உடல்களில் இருக்கிற, இந்த சேதனனான ஜீவனை ஒன்றாகச் செய்து, எந்த பரமாத்ம ஸ்வரூபமாக அறிந்து இங்கேயே விரைவில் அந்த பரமாத்மாவாகவே ஆகிறார்களோ, எந்த பரமாத்ம ஸ்வரூபத்தில் மறைந்தவர்கள் இங்கு மறுபடியும் பிறவியை அடைகிறார்கள் இல்லையோ, அந்த சம்சார இருளைப் போக்கும் ஹரியைத் துதிக்கிறேன்.
எதுவரை மனதில் அவராக நான் இருக்கிறேன் என்று எந்த சைதன்யம் அறியப்படவில்லையோ அதுவரை எந்த இந்த பிரபஞ்சமெல்லாம் உண்மைப் பொருள்போல தோன்றுகிறதோ, எவர் அறியப்பட்டவுடன் இதுவெல்லாம் பொய்யாக ஆய்விடுகிறதோ, அந்த சம்சார இருளை அழிக்கும் ஹரியைத் துதிக்கிறேன்." (29 & 40)

வேதாந்த சாஸ்திரமும் (உபநிடதம்) அத்வைத குரு உபதேசமும் இப்பிரபஞ்சம் பொய் என்கிறது. வியவகார காலத்தில் அதாவது ஞானம் ஏற்படாத காலத்தில் பொருட்கள் உண்மை என்றே நினைக்கப்படுகிறது. வியவகார உலகம் என்பது இந்த நடைமுறை உலகமாகும், இதனையே அத்வைதம் மாயை என்கிறது.

"ஸ்ரீ லட்சுமீ நிருசிம்ஹ கருணாரச ஸ்தோத்தரம்" 17 பாடல்களைக் கொண்டுள்ளது. இப்பாடல்களில் சம்சார பந்தம் பலவாறு கூறப்படுகிறது. ஒவ்வொன்றும் சம்சார சாகரத்தின் கடுமைகளை வெளிப்படுத்துகின்றன. சம்சாரமாகிய காட்டுத்தீயின் ஏராளமான பயங்கரமான பெரிதான ஜ்வாலைகள் காணப்படுகின்றன, சம்சார வலையில் சிக்கித் தவிக்கிறது, நூற்றுக்கணக்கான துக்கங்களாகிற பாம்புகளைக் கொண்ட சம்சாரமாகிற கிணறு.

பயங்கரமான பெரிய யானையின் துதிக்கையினால் நன்கு அடிக்கப்பட்டு உடல் நசுக்கப்படுகிறது, பாம்பின் விஷத்தினால் பூசப்பட்டு மிகப் பயங்கரமாயும் கடுமையாயுமுள்ள பற்களின் கூர்மையான நுனிகளால் நாலாபக்கங்களிலும் கடிக்கப்பட்டு அழிவடைந்திருக்கும் உடல், சம்சார மரத்தில் ஏறிவிட்டு நடுங்கும் ஜீவன், சம்சாரமாகிற சமுத்திரத்திலுள்ள மிகவும் பெரிதும் பயங்கரமான எமன் என்கிற முதலையால் பலாத்காரமாய் கவ்விப்பிடித்துக் கொண்டிருக்கிற உடல், சம்சாரமாகிற சமுத்திரத்தில் நன்கு மூழ்கி மோகமடைந்த ஜீவன் சம்சாரமாகிற கோரமான காட்டில் சஞ்சரித்துக்கொண்டு, காமமாகிற உக்கிரமான பயங்கரமான ஏராளமான காட்டு விலங்குகளால் துன்பப்படுத்தப்பட்ட ஜீவன், குருடனும், மிகவும் பலசாலிகளான இந்திரியங்கள் என்ற பெயர்களையுடைய திருடர்களால், திருடப்பட்ட விவேகமாகிற உத்தமமான செல்வமுள்ளவனுமான எனக்கு மோகமாகிற இருட்டர்ந்த பள்ளத்தில் நன்கு கீழே தள்ளப்பட்ட எனக்கு லட்சுமீ நாரசிம்ஹரே கைப்பிடிப்பைக் கொடும்.

இவ்வாறு கடுமையான சம்சாரத்தில் இருந்து விடுபடுவதற்கு ஜீவனின் கைப்பிடிப்பைக் கொடுக்கும்படி லட்சுமீ நரசிம்மரிடம் வேண்டப்படுகிறது.

"பஜகோவிந்தம்" என்ற 31 பாடல்களைக் கொண்ட நூலில் முதல் பாடல் மட்டுமே கோவிந்தனைப் பற்றிப் பாடப்பட்டுள்ளது. மற்ற பாடல்கள் அனைத்தும் அத்வைத வேதாந்தத்தையே விளக்குகின்றன. இருந்தாலும் இந்த நூலும் ஸ்தோத்திரப் பாடலாகவே தொகுக்கப்பட்டுள்ளது. இந்நூலுக்கு "மோகமுத்கரம்" என்ற பெயரும் உண்டு.

இந்நூல் மக்களிடையே அதிகமாகப் படிக்கப்பட்டதால் பல படிகள் பலகால முன்பே எடுக்கப்பட்டன. அப்படி பல படிகள் எடுக்கப்பட்டமையால் பாடபேதங்களும் அதிகம் ஏற்பட்டுள்ளது. பாடல்களின் எண்ணிக்கையிலும் வேறுபாடு காணப்படுகிறது.

இந்நூலின் முதல் 12 பாடல்களை ஆதிசங்கரர் பாடியதாகவும் அடுத்துள்ள 14 பாடல்களை அவரது சீடர்கள் பாடியதாகவும் இறுதியில் உள்ள பாடல்களை ஆதிசங்கரர் எழுதியதாகவும் கருதப்படுகிறது. 31 பாடல்களைக் கொண்டது **"மோகமுத்கரம்"** என்ற நூலுக்கான பெயராகவும் முதல் 12 பாடல்களைக் கொண்டது

"துவாதச மஞ்சரிகா ஸ்தோத்திரம்" என்ற பெயரிலும் நூல்கள் வெளியிடப்படுகின்றன. சிவானந்தா ஆசரமம் வெளியிட்டுள்ள பஜ கோவிந்தம் என்ற நூலில் 20 பாடல்களே இடம் பெற்றுள்ளன. இது போன்ற எவ்வளவு சிக்கல்கள் காணப்பட்டாலும் ஆதிசங்கரர் என்றாலே **"பஜகோவிந்தம்"** நூலே நினைவுக்கு வரும் வகையில் பிரபலமானதாக இருக்கிறது. விசிட்டாத்வைத வைணவத்திற்கு ஒரு திருப்பாவை போல் அத்வைதத்தற்கு **"பஜகோவிந்தம்"**.

அத்வைத வேதாந்தத்தை அறிவதற்கு இந்நூல் நுழைவாயில் என்று கூறலாம். சம்சாரம் என்பது பந்தங்களின் தொடர்ச்சி, அநித்தியப் பொருளின் மீதான நாட்டதால் ஏற்படும் விருப்பு, வெறுப்புகள் ஆகியவையும் அநித்தியமானவை. இதனை விளக்குவதற்கு இந்த நூலில் நடைமுறை வாழ்க்கையில் இருந்து பல உதாரணங்கள் காட்டப்பட்டுள்ளன. பிரம்மத்திடம் பற்று கொள்ளாமல் பிள்ளைப்பருவத்தில் இருந்து முதுமைப்பருவம் வரை கவலைகளிலேயே மூழ்கியிருப்பதை ஏழாம் பாடல் சுட்டுகிறது.

அநித்தியமான வெளி விஷயங்களில் அகப்பட்டுள்ள ஜீவனைப் பார்த்து நித்தியமான உண்மையைக் குறித்தான சிந்தனைக்கு எட்டாம் பாடல் அழைக்கிறது.

**"யார் உன் மனைவி? யார் உன் மகன்? உண்மையில்
இந்த சம்சாரம் மிகமிக விசித்திரமானது. யாருடையவன் நீ?
எங்கிருந்து நீ வந்தாய்? சகோதரனே அந்த உண்மையைக்
குறித்து இங்கு சிந்தனை செய்."** (8)

பகலும் இரவும், பின்பனிக்காலம் வசந்த காலம் என்கிறபடி மாறிமாறி வந்துகொண்டே இருக்கின்றன. இந்தக் கால விளையாட்டில் ஆயுளும் முடிந்துபோய் விடுகிறது. என்றாலும் இந்த ஆசைக்காற்றை ஜீவன் விடுவதாய் இல்லை என்று 12ஆம் பாடல் வருத்தப்படுகிறது. 11ஆம் பாடல் சம்சார பந்தத்தில் இருந்து விடுபட்டு அடைய வேண்டியதைச் சுட்டிக்காட்டுகிறது.

**"பணம், உற்றார் உறவினர், வாலிபப் பருவம் இவற்றை
வைத்துக் கர்வப்படாதே! இதெல்லாவற்றையும் காலம்
ஒரே நொடியில் இல்லாமல் ஆக்கிவிடும். மாயையான
இதெல்லாவற்றையும் விட்டு நல்லறிவு பெற்று
பிரம்ம நிலையை அடைவாயாக."**

(11)

அ.கா.ஈஸ்வரன்

வேதாந்த பிரகரணங்கள்

சாதாரண மக்கள் படித்தறிவதற்காக ஆதிசங்கரரால் **"வேதாந்த பிரகரணங்கள்"** எழுதப்பட்டுள்ளது. ஒரு பாடலும், பஞ்சரத்னங்களாக ஐந்து பாடல்களும், பத்துபாடல்களும், பத்துபாடலுக்குச் சற்று கூடுதலாகவும், ஐநூறு, ஆயிரத்து எட்டு பாடல்களைக் கொண்டதாகவும் இந்நூல் தொகுப்பு காணப்படுகிறது. ஸ்தோத்திரத் தொகுப்பில் வேதாந்தப் பிரகரண நூல்கள் இடம் பெற்றிருப்பதைப்போல வேதாந்தப் பிரகரணத் தொகுப்பில் **"ஸ்ரீ தட்சிணாமூர்த்தி அஷ்டகம்"** போன்ற ஸ்தோத்திரப் பாடல்களும் இடம் பெற்றுள்ளன.

வேதாந்தப் பிரகரணங்கள் அனைத்தும் ஆதிசங்கரரால் எழுதப்பட்டதா? என்ற விவாதம் இன்றும் தொடர்ந்து கொண்டிருக்கிறது. ஆனால் **"ஆத்ம போதம்"**, **"விவேக சூடாமணி"** போன்ற நூல்களில் சந்தேகம் எழுப்பப்படவில்லை. அதனால் இந்த இரண்டு நூல்களை அடிப்படையாகக் கொண்டு இதற்கு மாறாக உள்ளவை அவரால் எழுதப்படவில்லை என்று முடிவெடுக்கலாம்.

"தத்துவ போதம்" என்ற நூல் ஆதிசங்கரர் எழுதியதா? என்று ஐயம் எழுப்படுகிறது. அந்நூலைப் படித்துப் பார்க்கும்போது அச்சந்தேகம் உறுதிப்படுகிறது. இந்நூல் அத்வைத வேதாந்தத்திற்கு எதிராக இல்லை என்றாலும் வேதாந்தத்தை இயந்திரகதியில் தொகுக்கப்பட்ட நூலாகக் காட்சியளிக்கிறது. ஆதிசங்கரர் தோத்திரப்பாடலிலும் தமது முத்திரையைப் பதித்தே எழுதியிருக்கிறார். சுவைபடச் சொல்லும் அவரது அணுகுமுறை தத்துவ போதத்தில் காணப்படவில்லை. அகராதி போல் தொகுக்கப்பட்டுள்ளது. ஆதிசங்கரரின் நூல்களைப் படித்து யாரோ பட்டியலிட்டது போல் இந்நூல் காணப்படுகிறது. இருந்தாலும் அப்பட்டியல் நமக்குப் பயன்படவே செய்கிறது.

"ஆத்ம போதம்", **"விவேக சூடாமணி"** என்ற இரண்டு நூல்களும் பரவலாக இன்றும் பலரால் படிக்கப்பட்டு வருகிற நூல்களே. இந்த இரண்டு நூல்களுக்கும் விளக்கவுரைகள் பல தமிழில் வந்துள்ளன. இந்நூல்களின் துணை கொண்டு தமிழ் வாசகர்கள் அத்வைதத்தை நேரடியாகப் படித்தறிந்து கொள்ளலாம்.

சம்சாரம் என்ற சொல்லைப் புரிந்துகொள்ளாமல் இந்து தத்துவங்களைப் புரிந்து கொள்ள முடியாது. சம்சாரத்தில் இருந்து விடுபடுவதற்கு அல்லது முக்தி அடைவற்குத்தான் அத்வைதம்

வழிகாட்டுகிறது. சம்சாரம் என்றால் இல்லறம் என்பதாகப் பலபேர் புரிந்துகொண்டுள்ளனர். இச்சொல் இல்லறத்தை மட்டும் குறிப்பிடவில்லை. இப்பிரபஞ்ச முழுமையையும் குறிப்பிடுகிறது.

சம்சாரத்தை விட்டு ஏன் விலகவேண்டும் என்பதை ஆதி சங்கரர் கூறுகிறார்:-

"சம்சாரம் என்கிற மரத்தில் முதலிலும் இடையிலும் அப்படியே முடிவிலும் பிறப்பு, இறப்பு என்கிற பழங்களையே கொடுப்பது என்றும், புண்ணியம், பாபம் என்கிற கர்மாக்களை வேராக உடையது என்றும், விரிவானதாக இருப்பதென்றும், மயக்கம், கொழுப்பு, மகிழ்ச்சி, சோகம் முதலிய அநேக இலைகளுடன் கூடியதென்றும், காமம், கோபம், லோபம் முதலியவைகளை கிளைகளாக உடையதென்றும், புத்திரன், பசு, மனைவி முதலிய கூட்டத்துடன் கூடியதென்றும், நன்கு அறிந்து, நல்ல புத்தி உள்ளவன் இந்த மரத்தைப் பற்றுதல் அற்றிருக்கும் தன்மையாகிய வாளினால் வெட்டித்தள்ளிவிட்டு, நாலாபக்கத்திலும் பரமாத்மாவை அனுசந்தானம் செய்ய வேண்டும்.

எல்லாம் என்னிடத்தில்தான் உண்டானது. மறுபடியும் என்னிடத்தில்தான் அந்த எல்லாம் நன்கு இருந்துவருகிறது. எல்லாம் என்னிடத்தில்தான் வந்தடைகிறது என்ற காரணத்தினால் நான்தான் அந்த பிரம்மமாகவும் இருக்கிறேன்."

(சதசுலோகீ-100-101)

தத்துவமசி என்கிற மகாவாக்கியத்தைச் சுருக்கமாக விளக்கப்படுத்துவதாகவே இந்தப் பாடல் இருக்கிறது. தற்போது இவற்றை முழுமையாகப் புரிந்து கொள்ள முடியவில்லை என்று பயம்கொள்ள வேண்டாம். அத்வைதத்தின் விளக்கப் பொருளை முழுமையாக ஆதிசங்கரரின் நூல்களின் அறிமுகம் நமக்கு அளித்திடும். அத்வைதத்தைச் சுருக்கமாக, சாரமாக மூன்றாம் அத்தியாயத்தில் தொகுத்துப் பார்க்கலாம்.

சம்சாரம் என்பது பிரம்மத்தில் இருந்து தோற்றம் பெற்றதே. இந்தத் தோற்றம் மாயையே, மாயையினால் ஏற்படுகிற துன்பங்களில் இருந்து விடுபடுவதற்குத் துன்பங்கள் அற்ற சத்சித்ஆனந்தமான பிரம்மே **"நான்"** என்பதை உணர வேண்டும். சத்-சித்-ஆனந்தம் என்றால் இயல்பிலேயே ஆனந்தமயமானது

என்று பொருள். உலகப் பொருட்களில் இன்பம் கிடையாது. உலகப் பொருட்கள் அநித்தியமானது அவற்றினால் கிடைக்கும் இன்பமும் அநித்தியமானது. பிரம்மமே நித்தியமானது, பிரம்மம் இயல்பிலேயே இன்பமயமானது.

ஆத்ம போதம்

"**ஆத்ம போதம்**" என்ற சிறு பிரகரண நூல் 69 பாடல்களைக் கொண்டுள்ளது. ஆத்ம போதம் என்றால் ஆத்மாவைப் பற்றிய அறிவு என்பதாகும்.

முதல் பாடல் அத்வைதத்தை அறிவதற்கான சீடனின் தகுதிகளுடன் தொடங்குகிறது. அடுத்த நான்கு பாடல்கள் சம்சாரத்தின் நிலையினைப் பற்றியும் மூன்று பாடல்கள் உபாதிகள் பற்றியும் நான்கு பாடல்கள் சரீரத்திரயம் பற்றியும் அடுத்தடுத்து ஆத்ம சாதனை, ஆத்ம சொரூபம், ஜீவன் முக்தன் பற்றியும் எழுதப்பட்டுள்ளது. அத்வைதத்தைத் தொடக்க நிலையில் இருந்து படிக்க முயலுபவர்கள் தத்துவ போதத்திற்கு அடுத்து இந்த நூலைப் படிக்கலாம். எளிமையாகவும் சற்று விளக்கமாகவும் இருக்கும்.

முதல் பாடலில் இந்த நூல் யாருக்காக எழுதப்பட்டுள்ளது என்பதைத் தெளிவுபடுத்துகிறார் ஆதிசங்கரர். இந்த நூலைப் படிப்பதற்கு உரிய அதிகாரியின் (சீடனின்) தகுதியைப் பற்றி முதலில் விவரிக்கிறது. "தவத்தில் ஈடுபட்டுள்ளோர், பாவம் குறைந்தவர்கள், மன அமைதி உடையோர், பற்று அற்றவர்கள், முக்தி பெறவேண்டும் என்ற நாட்டம் கொண்ட முமுட்சு ஆகியோரைக் குறித்து இந்த ஆத்ம போதம் என்ற நூல் இயற்றப்பட்டுள்ளது".

முமுட்சு என்றால் முக்தியை விரும்புபவன். முக்தியை அடைய வேண்டும் என்ற நாட்டமுள்ள அத்வைத சீடனை முன்வைத்தே இந்த நூல் எழுதப்பட்டுள்ளது.

தவம் என்று கூறியதால் இது முழுக்க முழுக்க மக்களிடம் இருந்து விலகிக் காட்டிற்குச் சென்று தவம் செய்வோரை மட்டும் குறிப்பதாக நினைத்திட வேண்டாம். உடல் தவம், வாக்தவம், மானச தவம் ஆகியவற்றில் சிறந்தவர்களையும் சேர்த்தே கூறப்பட்டுள்ளது.

உடல் தவம் என்றால் தேவர்கள், குருமார்கள் ஆகியோரைப்

போற்றுதல், அகம் புறம் ஆகியவற்றின் தூய்மை மற்றும் நற்பண்புகளைக் கொண்டோர்.

வாக்தவம் என்றால் உண்மை பேசுதல், மற்றவர்கள் மனம் மகிழும்படி பேசுதல், நலம் தரும் சொற்களையே பேசுதல் என்பதாகும்.

மானச தவம் என்றால் மனம் அமைதியோடு இருத்தல், அன்பு, தன்னடக்கம் போன்றவற்றைக் குறிக்கும். கர்ம செய்கையால் ஏற்பட்ட பாபம் குறைந்தோர் என்பதாகப் புரிந்து கொள்ள வேண்டும். ஆத்ம விவாரத்தில் தெளிவு பெற்றவர் பாபங்கள் அற்றவராகவும் ஞானம் பெற்றவராகவும் விளங்குவர். அதனால் ஆத்ம விசாரத்தைத் தொடங்குபவர்களின் நிலையையே பாபம் குறைந்தோர் என்கிறார். முழுமையாக நீக்கப்படாமல் ஆனால் ஓரளவுக்கு குறைக்கப்பட்டவர் என்று விளங்கிக் கொள்ளலாம்.

சம்சாரத் தொடர்பால் ஏற்படுகிற பன்மையை உணர்ந்து ஒருமையை நோக்கிப் பயணிக்கிற சாதகன் மனஅமைதி பெற்றவராகத்தான் இருக்க முடியும். அதனால்தான் மன அமைதி உடையோர் என்று கூறப்பட்டுள்ளது. இவ்வகையானதைக் கைவரப்பெற்ற முமுட்சுக்கு இந்த ஆத்ம போதம் என்ற நூல் வகுக்கப்பட்டது. முமுட்சு என்றால் சம்சாரத் தொடர்ச்சியில் விருப்பத்தை முறித்துக் கொண்டு, முக்தியை அடைய வேண்டும் என்று தீராத நாட்டம் உடையோர் என்பதாகும்.

இந்நூலுக்கு உரிய சீடனே அத்வைத சித்தாந்தத்தை அறிவதற்கும் தகுதியானவன் ஆவான். சம்சாரத்தில் வைராக்கியம் பெற்றவர்களே அத்வைத சீடராவார்கள். சம்சார பந்தத்திற்குக் கர்மங்களே அதாவது செயல்களே காரணமாகின்றன. அதனால் இந்த பந்தத்தை முறிப்பதற்குக் கர்மங்கள் பயன்படாது என்பதே அத்வைதத்தின் கருத்தாகும்.

மற்ற வேதாந்தப் பிரிவுகள் கர்மத்தைப் பயனின்றிச் செய்வதின் மூலம் முக்தி அடையலாம் என்று கூறுகின்றன. அத்வைதம் இதனை மறுத்து ஞானத்தால் மட்டுமே முக்தி அடைய முடியும் என்கிறது. செயலில் ஈடுபடுவோர் **"நான் கர்த்தா"** (நான் செய்கிறேன்), **"நான் போக்தா"** (நான் அனுபவிக்கிறேன்) என்ற விருப்பத்துடனேயே செயல்படுவர்.

நான் ஆத்மா என்ற நிலையை மறந்து இவ்வாறு செய்கிறேன் -

அனுபவிக்கிறேன் என்ற நிலை ஞானத்திற்குத் தடையாகும். இந்த நான் என்கிற அகங்காரம் என்கிற அறியாமை ஞானத்திற்குத் தடையாகும்.

இருட்டைப் போக்குவதற்கு வேறொரு இருட்டைப் பயன்படுத்த முடியாது, அதற்கு எதிரான வெளிச்சமே இருட்டைப் போக்கப் பயன்படும். அதேபோல கர்மம் என்பது அறியாமைக்கு எதிரானது கிடையாது. அதனால் அறியாமையைப் போக்க முடியாது. இருளைப் போக்க வெளிச்சம் எவ்வாறு தேவைப்படுகிறதோ, அவ்வாறு ஞானம்தான் அஞ்ஞானத்தை அழிக்கும் என்கிறது மூன்றாம் பாடல். இரண்டாம் பாடல் ஞானத்தை நேரடியாகவே வலியுறுத்துகிறது.

கர்மம் அறியாமைக்கு எதிரானது கிடையாது, கர்மமே அறியாமைக்குக் காரணமாகிறது, அதனால் கர்மம் அறியாமையைப் போக்காது. கர்மத்திற்கு எதிரான ஞானமே கர்மத்தைப் போக்கும். ஞானமே அத்வைதியின் விடுதலைக்கான சாதனமாகும்.

மக்களுக்குத் தெரிந்தவைகளை உதாரணமாகக் கொண்டு அடைய வேண்டிய ஞானத்தைப் பற்றி ஆதிசங்கரர் விளக்குகிறார். சமைப்பதற்குத் தண்ணீர், பாத்திரம், அரிசி, காய்கறி போன்ற பொருட்கள் தேவையானாலும் நெருப்பின்றி நிறைவேற்ற முடியாது. சமையலுக்கு நெருப்பு இன்றியமையாத சாதனம் போல் முக்திக்கு ஞானம் ஒன்றே சாதனமாகும். ஞானம் இன்றி முக்தி அடையமுடியாது என்கிறார் ஆதிசங்கரர். வேதாந்தப் பிரகரணங்களில் இவ்வாறு எளிய முறையில் அத்வைத சித்தாந்தம் விளக்கப்படுகிறது.

வேற்றுமை என்ற பன்மைத் தன்மை உடலுக்கே, ஆத்மாவில் வேற்றுமை என்பது கிடையாது. பெரும் பிரகாசத்தைக் கொடுக்கிற சூரியனைச் சிறுமேகக் கூட்டங்கள் மறைத்திருக்கும். அது விலகியபின்பு சூரியனின் பிரகாசம் வெளிப்படும். அதுபோல் அறியாமைக் காரணத்தால் ஆத்மா எல்லைக்கு உட்பட்டதுபோல் தோன்றுகிறது. அறியாமை அழிந்தவுடன் ஆத்மா சோதியின் சுயம் வெளிப்படும். இதனை விளக்குவதற்கு பயன்படுத்திய உதாரணமே சூரியன் மேகக் கூட்டங்கள்.

மறைத்த மேகங்கள் விலகியவுடன் சூரியனின் பிரகாசம் வெளிப்படும். அதேபோன்று அறியாமை விலகியவுடன் ஆத்ம சோதியின் பிரகாசம் தென்படும்.

ஆறாம் பாடலில் சம்சாரத்தின் சாரம் விளக்கப்படுகிறது.

"விருப்பும், வெறுப்பும் நிறைந்த பிரபஞ்சமானது (சம்சாரமானது) கனவு போன்றதுதானே, அந்த நிலை இருக்கும்வரை உண்மையே எனத் தோன்றுகிறது, விழிப்பு ஏற்பட்டவுடன் பொய்யாகி விடுகிறது"
(6)

கனவு காணும்போது உண்மை போலிருக்கிறது, விழித்தால் பொய்யாகிவிடுகிறது. அதேபோல் விருப்பு, வெறுப்பு (ராகம், துவேசம்) முதலியவை நிறைந்த பிரபஞ்சமும் அனுபவிக்கும்போது உண்மை போலிருக்கிறது. ஆத்ம ஞானமான உண்மை (விழிப்பு) ஏற்பட்டால் கனவுபோல் நனவும் பொய்யாகிவிடும் என்பதே இப்பாடல் நமக்குச் சொல்கிறது.

சம்சாரத்தில் ஈடுபட்டுக் கொண்டிருக்கும்போது மனதில் சமபாவம் ஏற்படுவதில்லை. சுகத்தையும் துக்கத்தையும் சமமாக பாவிக்கும் தன்மை அப்போது இருப்பதில்லை. சுகமோ துக்கமோ மாறிமாறி வந்து கொண்டிருப்பதே சம்சாரத்தின் சாரம். மேலும் ஒரு சமயம் சுகமானது மற்றொரு சமயம் துக்கத்தை ஏற்படுத்துகிறது, துக்கமும் அப்படியே.

விருப்பும், வெறுப்பும் நிறைந்ததே சம்சாரம் என்கிறார் ஆதி சங்கரர். வெளி விஷயங்கள் மனிதனுக்கு ஒன்று விருப்பத்தை அல்லது துக்கத்தைத் தருகின்றன. இவையிரண்டையும் தவிர்த்து ஏதும் ஏற்படுவதில்லை. இன்பம், துன்பம், நன்மை, தீமை என்கிற இரட்டையையே விருப்பு, வெறுப்பு (ராகம், துவேசம்) என்கிறார்.

சம்சாரதின் சாரத்தை அறிவுறுத்துவதின்மூலம் ஆத்ம போதத்தை இப்பாடல் விளக்குகிறது. சம்சாரமாகிய நனவுலகம் கனவிற்குச் சமமானது. கனவைப் போன்று அது இருக்கும் போது உண்மையாகத் தோன்றுகிறது. விழிப்பு ஏற்பட்டவுடன் கனவுலகக்காட்சி உண்மையற்றது என அறிவதுபோன்று ஆத்மபோதம் அடையும்போது நனவு என்கிற இப்பொய்த் தோற்றமும் மறைந்து உண்மை நிலையான அத்ம சொருபத்தை அறிந்து கொள்ள முடிகிறது. சம்சாரத்திற்கு மாற்று ஆத்ம போதமே என்கிறது அத்வைதம்.

ஆத்ம சொருபமான பிரம்மத்தின் தோற்றங்களே இந்தப்

பிரபஞ்சம் என்பதை இரண்டு உதாரணங்கள் மூலம் சங்கரர் விளக்குகிறார். இரண்டு உதாரணங்கள் மிகவும் பிரபலமானவை. ஒன்று கிளிஞ்சல் - வெள்ளி, மற்றொன்று தங்கம் - நகை. மற்றொன்று பிரபலமாகாத ஆனால் மிகவும் பொருத்தமான உதாரணம், நீரும் நீர்க்குமிழியும்.

ஏழாம் பாடல் கிளிஞ்சல் வெள்ளி உதாரணத்தைக் கூறுகிறது. கிளிஞ்சல் (சிப்பி) வெயிலின் ஒளியால் வெள்ளியைப் போல் பிரகாசிக்கிறது. அது சூரியனின் பிரகாசத்தால் வெள்ளியைப் போல் தோன்றுகிறது அது உண்மையில் சிப்பிதான் என்பதே பிறகு தெளிவடையப்படுகிறது. அதேபோல் அனைத்திற்கும் ஆதாரமான பிரம்மத்தை அறியாதவரை பிரம்மத்தில் இருந்து உலகம் தோன்றி உண்மையானதுபோல் காணப்படும்.

ஒன்பதாவது பாடல் தங்கத்தால் செய்யப்பட்ட நகைகளுக்குத் தங்கமே ஆதாரம் என்கிறது. எவ்வகையான நகையாக அது காட்சியளித்தாலும் அவை தங்கமே ஆகும். அனால் நகையின் பெயரால் வளையல், மோதிரம் என்பதாகவே அழைக்கப்படுகிறது. அதேபோல் பிரபஞ்சம் அனைத்தும் பிரம்மத்திடமிருந்து கற்பிக்கப்பட்டவைகளே.

"கடலில் நீர்க்குமிழிகளைப் போல் உலகங்கள் அனைத்தும் மூலப்பொருளாகவும் அனைத்திற்கும் ஆதாரமாகவும் உள்ள இறைவனிடத்தில் தோற்றம். இருப்பு, மறைவு அடைகிறது"

(ஆத்ம போதம் - 8)

நீர்க்குமிழி என்பது நீரில் இருந்து வேறுபட்டதல்ல, நீரின் சிறுபகுதி குமிழியாக உருவெடுக்கிறது. அவ்வாறே பிரம்மத்தில் இருந்து ஜீவன் (ஆத்மா) பலவாகத் தோற்றம் கொள்கிறது. ஆனால் இருப்பது ஒன்று மட்டுமே. அந்த இருப்பில் இருந்து அஞ்ஞானத்தால் தோற்றம் பெற்றது பிறகு ஞானத்தால் மறைகிறது.

இந்த உதாரணங்கள் மூலம் தோற்றத்தை ஏற்காமல் தோற்றத்திற்குக் காரணமான பிரம்மத்தை அறிய வேண்டும் என்று அத்வைதம் விளக்குகிறது.

பன்னிரண்டாவது பாடலில் பழைய கர்ம வினையினால் அடையப்பட்ட உடல் ஐந்து பூதங்களின் பஞ்சீகரணச் சேர்க்கையினால் உண்டாக்கப்பட்டது. இன்ப, துன்பங்களுக்கு

இருப்பிடமாக உரைக்கப்படுகின்றது என்று கூறப்பட்டுள்ளது. இதற்கடுத்த பாடல், துவக்கம் அற்றதும், சொற்களால் விளக்க முடியாததும் ஆகிய அவித்தையே (அஞ்ஞானமே - அறியாமையே) காரண சரீரம் எனப்படும். இந்த மூன்று உபாதிகளுக்கும் அப்பாற்பட்டதாக ஆத்மாவை அறிந்துகொள்ள வேண்டும் என்கிறது.

அத்வைதம் பிரபஞ்ச வெளிப்பொருட்களை நித்தியமற்றதாக அதாவது மாறும் பொருட்கள் உண்மையற்றதாகக் கூறி, நித்தியமான அதாவது உண்மையான பிரம்மத்தை (ஆத்மாவை) அறிந்துகொள்ள வேண்டும் என்பதையே அத்வைதம் வலியுறுத்துகிறது. இந்த உண்மையற்ற துக்கமயமான பிரபஞ்சத்தை வெறும் பிரம்மத்தின் தோற்றம் என்பதை அறிந்து, **"நான் என்பது உடல் அல்ல அந்த ஆத்மாவே"** என்பதை அறிந்து கொள்ளவேண்டும் என்கிறது.

இருபத்திமூன்றாம் பாடல், "பற்று, ஆசை, சுகம், துக்கம் ஆகியவை புத்தி இருக்கும்போது மட்டுமே காணப்படுகின்றன. ஆழ்ந்த உறக்கத்தில் புத்தி அழிந்துள்ளபோது இவை இல்லை. எனவே இவை புத்தியைச் சார்ந்தவை, ஆத்மா அல்ல"

சுகம் துக்கம் போன்றவை புத்தியைக் கொண்டு செயல்படுகிற வியவகார உலகுக்கே உரியவை. ஆத்மா இயல்பிலேயே ஆனந்தமயமானது என்கிறது அடுத்தப்பாடல். ஆத்ம உலகம் பரமார்த்த உலகம்.

"சூரியனுக்குப் பிரகாசம், நீருக்குக் குளிர்ச்சி, நெருப்பிற்கு வெப்பம் ஆகியவை இயல்பான தன்மைகள். அதுபோன்று ஆத்மாவிற்குச் சத்-சித்-ஆனந்தம், நித்தியம், நிர்மலம் (மாசுகளற்ற பரிசுத்தம்) ஆகியவை இயல்புகள்"

(ஆத்ம போதம் - 24)

சம்சார பந்தத்தில் பெரும் சிக்கல் அச்சமேயாகும். அந்த அச்சம் தனக்கு வேறான மற்றொன்று இருப்பதாக நினைக்கிற துவைத பாவனையேயாகும். ஒன்றேயான ஆத்மா பலமானது. பலவாக உள்ள இந்தப் பிரபஞ்சம் பலவீனமானது. மங்கிய ஒளியில் காணப்படும் ஒற்றைக்கயிற்றை, அதில் இல்லாத பாம்பை நினைத்து அச்சம் கொள்வதுபோல், தன்னைப் பரமாத்மா என்பதை அறிந்திடாமல், ஜீவனாக நினைத்து மனிதன் பயப்படுகிறான். பாம்பும், ஜீவபோதமும் கற்பிக்கப்பட்ட தவறான

எண்ணங்களாகும்.

"கயிறைப் பாம்பு என்று எண்ணிப் பயப்படுவது போன்று தன்னை ஜீவன் என்று எண்ணி அஞ்சுகின்றான். 'நான் ஜீவன் அல்லன், பரமாத்மாவே' என்று அறிந்தால் அச்சமின்மையை அடைகின்றான்"

(27)

ஜீவன் மட்டும் அல்ல, பார்க்கப்படுகிற பொருட்கள் அனைத்துமே நிலைபெற்றவை. உண்மையில் அவை நீர்க்குமிழிபோல் அழியக்கூடியன. நீர்க்குமிழிகள் தண்ணீரைத் தவிர்த்த தனிப்பொருள் கிடையாது, அவை தண்ணீரில் தோன்றி, தண்ணீரிலேயே மறைபவை. அதற்கு தனித்த இருப்பு என்பது கிடையாது. நீர்க்குமிழிகள் போல் வெளிப்பொருட்கள் அதாவது உலகில் காணப்படும் பொருட்கள் வெறும் தோற்றங்களே, பிரம்மம் மட்டுமே மாற்றத்திற்கு உட்படாத ஒரே தனிப்பொருள் ஆகும்.

"அறியாமை தோற்றுவித்த உடல் அனைத்தும் பார்க்கப்படுபவை, நீர்க்குமிழிபோல் நிலையற்றவை. இவற்றிற்கு முற்றிலும் மாறுபட்ட மாசற்ற சொரூபமாகிய பிரம்மமே நான் என்று விவேகத்தால் அறிவாய்"

(31)

அத்வைத வேதாந்தத்தைப் பொருத்தளவில் ஆத்மாவும் பிரம்மமும் ஒன்றே. அதன் ஆத்ம-பிரம்ம ஐக்கியமே அத்வைத பாவனை. இரண்டற்றதே பிரம்மம். அதனால் பன்மையாகக் காட்சி அளிக்கும் பிரபஞ்சத்தை அநித்திய வஸ்து அதாவது நிலையற்ற பொருள் என்று அறிந்து முழுமையாக அதனை அகற்றியபின் மீதமுள்ளது ஒன்றேயான பிரம்மம் என்பதை அறிய வேண்டும். அதுவே பேரானந்தம். இந்த உலகம் அதற்கு மாறான துக்கமயமானது.

"வேதாந்திகளால் உலகத்தில் உள்ள எல்லாப் பொருட்களும் அகற்றப்பட்ட பின் எஞ்சியிருக்கும் இரண்டற்ற பேரானந்தம் ஒன்றாகிய எப்பொருள் உணர்த்தப்படுகின்றதோ அதுவே பிரம்மம் என்பதை உறுதியாக அறிந்துகொள்"

(58)

தத்தவ போதம்

philosophy என்கிற ஆங்கிலச்சொல் இந்தியாவில் முன்பு சித்தாந்தம் என்கிற பெயராலேயே அழைக்கப்பட்டது. தத்துவம்

என்றால் வகையினம் (Category) என்று ஒரு பொருள். மற்றொரு பொருள் நித்திய அநித்தியப் பொருளைப் பகுத்தறிவது என்பதாகும்.

"தத்தவ போதம்" என்கிற நூல் கேள்வி பதில் வடிவில் எழுதப்பட்டுள்ளது. அத்வைத சித்தாந்தத்தின் அடிப்படைகளைப் புரிந்து கொள்வதற்குத் தேவைப்படுகிற கலைச்சொற்கள் இந்நூலில் அறிமுகப்படுத்தப்படுகின்றன. இச்சொற்களையும் அதற்கான விளக்கங்களையும் அறிந்து கொள்வதற்கு இந்நூல் பெரிதும் பயன்படும்.

தத்துவ போதம் என்பதன் பொருள் பிரம்மத்தை அறிதல் என்பதாகும். சம்சார பந்தத்தில் இருந்து விடுபட்டு பிரம்மத்தை அறிவது பற்றிய போதனையே இந்நூலின் நோக்கமாகும்.

குரு வணக்கத்துடன் தொடங்கும் இந்நூல் சாதன சதுஷ்டயம் (நான்கு சாதனங்கள்), தத்துவ விவேகம், மூன்று உடல்கள், மூன்று அவஸ்தைகள், ஐந்து கோசங்கள், ஆத்மா, படைப்பின் வரிசை, ஜீவ பிரம்ம ஐக்கியம், ஜீவன் முக்தன், மூவகைக் கர்மங்கள் ஆகியவற்றைக் கொண்டு சம்சாரத்தில் இருந்து விடுபடுவதற்கான வழியினைக் காட்டுகிறது.

நான்கு சாதனங்கள் என்றால் என்ன? என்பதே இந்நூலின் முதல் கேள்வியாக இருக்கிறது.

1, நித்ய, அநித்திய வஸ்து விவேகம். அதாவது நித்தியப் பொருளையும் அநித்தியப் பொருளையும் பகுத்தறியும் திறமையான விவேகம்.
2. வைராக்கியம். அதாவது இவ்வுலக, மறுவுலகப் பொருட்களை அனுபவிப்பதில் பற்றற்று இருக்கும் நிலை.
3. சமம், தமம், உபரதி, திதிட்சா, சிரத்தை, சமாதானம் ஆகிய ஆறு பண்பு நலன்கள்
4. மூமுட்சு, அதாவது மோட்சம் அடைவதில் தீராத ஆசை.

இவையே நான்கு சாதனங்கள்.

அடுத்து இவை ஒவ்வொன்றாக விவேகம் என்றால் என்ன? வைராக்கியம் என்றால் என்ன? சமம் என்றால் என்ன? மூமுட்சு என்றால் என்ன? என்று கேள்வி கேட்டு பதிலளிக்கப்படுகிறது.

விவேகம் என்றால் என்ன? என்ற கேள்விக்கு ஆத்மா மட்டுமே

உண்மையானது, அதற்கு வேறான அனைத்தும் பொய்யானது (மித்) என்றும் தொடர்ந்து மூன்று உடல்களாக ஸ்தூல உடல், சூக்கும உடல், காரண உடல் பற்றியும், ஆத்மாவை மறைக்கிற அன்னமய கோசம், பிராணமய கோசம், மனோமய கோசம், விஞ்ஞானமய கோசம், ஆனந்தமய கோசம் பற்றியும் விழிப்பு நிலை, கனவு நிலை, தூக்க நிலை ஆகிய மூன்று அவஸ்தைகள் பற்றியும் விவரிக்கப்படுகிறது. அடுத்து ஆத்மாவின் நிலை, படைப்பின் வரிசை பற்றியும் ஜீவ பிரம்ம ஐக்கியம், ஜீவன் முக்தன் ஆகியவைப் பற்றியும் பதிலளிக்கிறார். இறுதியாக ஆகாமி கர்மங்கள், பிராப்த கர்மங்கள், சஞ்சித கர்மங்கள் என்கிற மூன்றுவகை கர்மங்களைப் பற்றியும் விவரிக்கிறது.

சஞ்சித கர்மங்கள் என்பது, பலபிறவிகளில் சேர்த்து வைக்கப்பட்ட பலன்தராத கர்மங்களாகும். பிராப்த கர்மங்கள் என்பது சேர்ந்துள்ள கர்மங்களை, எடுத்துள்ள இப்பிறவியில் அனுபவித்துக் கழிப்பது. "**நான் பிரம்மமாக இருக்கிறேன்**" என்னும் ஞானத்தால் சஞ்சித கர்மங்கள் அழிகின்றன. ஆகாமி கர்மங்கள் என்பதற்கு அத்வைத விளக்கமானது, ஞானம் ஏற்பட்ட பிறகு ஞானியின் உடலால் செய்யப்படும் புண்ணிய பாவங்கள் என்று தரப்பட்டுள்ளது. ஆகாமி கர்மங்கள் ஞானத்தால் அழிகின்றன, மேலும் ஆகாமி கர்மங்களுக்கும் ஞானிகளுக்கும் தாமரை இலைத் தண்ணீர் போன்று எந்தத் தொடர்பும் கிடையாது.

உபதேச பஞ்சகம்

ஐந்து பாடல்களைக் கொண்ட இந்த "**உபதேச பஞ்சகம்**" என்ற சிறு நூல் மிகவும் புகழ்பெற்றது, "**பஞ்சரத்னம்**" "**ஸோபான பஞ்சகம்**" என்ற பெயராலும் அழைக்கப்படுகிறது. ஒவ்வொரு பாடலிலும் எட்டு உபதேசங்கள் இருக்கின்றன, ஆக மொத்தம் நாற்பது உபதேசங்களைக் கொண்டுள்ளது இந்நூல்.

"வேதமானது தினந்தோறும் அத்யயனம் செய்யப்பட வேண்டும். அதில் கூறப்பட்ட நித்யநைமித்திக கர்மாவானது நன்கு கடைப்பிடிக்கப்பட வேண்டும்.
அந்தக் கர்மாவால் ஈசுவரனுக்கு பூஜை செய்யப்பட வேண்டும்.
பலனைத்தரும் கர்மாவில் எண்ணம் விடப்படவேண்டும்.
பாவக்குவியல் நன்கு உதறப்பட வேண்டும்.
சம்சாரசுகத்தில் தோஷமானது ஞாபகப்படுத்தப்பட வேண்டும்.
ஆத்ம விஷயமான இச்சை உறுதியாக்கப்பட வேண்டும்.

தன் வீட்டில் இருந்து விரைவில் வெளிக்கிளம்ப வேண்டும்." (1)

இப்பாடலின் கருத்து எளிமையாகவும் வெளிப்படையாகவும் இருக்கிறது. ஆனால் அனைத்தையும் இணைத்து ஆழ்ந்து புரிந்து கொள்ள வேண்டும். பிரம்மசாரி, கிருகஸ்தன், வானபிரஸ்தன் ஆகியோரின் சாதனமான தர்மங்களை இப்பாடல் வலியுறுத்துகிறது. இறுதியில் சந்யாசத்தை நாடுவதற்கு வீட்டில் இருந்து வெளியேற வேண்டும் என்கிறது.

கர்மங்களில் ஈடுபடும்போது அதாவது உலக விவகாரங்களில் ஈடுபடும்போது பலனை எதிர்பார்த்துச் செயற்படக்கூடாது, அவ்வாறு செய்திடும் போதுதான் இதுநாள்வரை செய்த வினைகளினால் உருவான பாவக்குவியல் நீங்கும். உலகப் பொருட்களில் ஈடுபடுகிற, சம்சார வாழ்க்கையில் ஏற்படுகிற, சுகத்தினால் உண்டாகும் தோஷங்களை நினைவுப்படுத்த வேண்டும். அதாவது அநித்ய வஸ்துவை நித்தியமாக நினைத்துச் செயற்படுவதால் தோன்றுகிற தோஷங்களை அறிந்து நித்திய வஸ்துவான ஆத்ம விஷயத்தில் விருப்பத்தில் உறுதியாக்கப்பட வேண்டும். முடிவில் சந்யாசத்தை மேற்கொள்வதற்கு வீட்டில் இருந்து வெளியேற வேண்டும். தோஷங்கள் என்றால் குற்றங்கள் ஆகும்.

"நல்லோர்களிடம் சேர்க்கை செய்ய வேண்டும்.
ஈசுவரனுடைய உறுதியான பக்தியானது கைக்கொள்ளப்பட வேண்டும்.
சாந்தி முதலானது பழக்கிக் கொள்ளப்பட வேண்டும்.
வேறு கர்மா விரைவில் நன்றாக விடப்பட வேண்டும்.
நல்ல பிரம்மஞானியிடம் முறைப்படி நெருங்க வேண்டும்.
தினந்தோறும் அவருடைய பாதுகை சேவிக்கப்பட வேண்டும்.
பிரம்ம ஸ்வரூபமான ஒரே அட்சரமானது பிரார்த்திக்கப்பட வேண்டும்.
உபநிடத வாக்கியம் சிரவணம் செய்யப்பட வேண்டும்"

(2)

சத்சங்கத்தில் இணைய வேண்டும். சத்சங்கம் என்றால் நல்லோர்களுடன் இணைதல். இங்கே நல்லோர் என்பது ஆன்மீகச் சான்றோர்.

இறைவனிடம் பக்தி செலுத்த வேண்டும். ஞானம் பெறுவதற்குத் தடையாக உள்ள கர்மாக்களை விட்டுவிட வேண்டும். ஞானம்

பெறுவதற்குக் குருவின் உபதேசம் வழிகாட்டும். அதனால் சரியான குருவை நாட வேண்டும். அவரை நாளும் சேவிக்க வேண்டும். ஒரே அட்சரம் என்றால் பிரணவ மந்திரமான ஓம் என்கிற சொல் ஆகும். குருவிடம் இதனைப் பிரார்த்தித்துக் கற்க வேண்டும். சிரவணம் என்றால் சாஸ்திரத்தைக் கேட்டல், படித்தலாகும் அதாவது உபநிடதத்தைக் குருவின் உதவியால் அறிந்து அதன் மையக் கருத்தைப் புரிந்துகொள்ளுதல்.

"மகாவாக்கியங்களின் பொருளை நன்கு விசாரிக்க வேண்டும்.
உபநிடதங்கள் கூறும் சிந்தாந்தத்தைக் கைக்கொள்ள வேண்டும்.
கெட்ட தர்க்கத்தில் இருந்து நன்கு ஒதுங்க வேண்டும்.
உபநிடதத்துக்கு சம்மதமான உக்திகளை ஞாபகப்படுத்த வேண்டும்.
பிரம்மமாக இருக்கிறேன் என்று தியானம் செய்ய வேண்டும்.
எப்பொழுதும் கர்வம் விடப்பட வேண்டும்.
உடலில் நான் என்ற எண்ணம் தள்ளப்பட வேண்டும்.
படித்தவர்களுடன் வியவகாரம் விடப்பட வேண்டும்."

(3)

இப்பாடலும் எளிதாகப் புரிந்து கொள்ளக்கூடியதேயாகும். கெட்ட தர்க்கத்தில் இருந்து ஒதுங்க வேண்டும் என்றால் உபநிடத முடிவுகளுக்கு எதிராக தர்கிக்கிற போக்கில் இருந்து ஒதுங்க வேண்டும் என்று பொருள் ஆகும். உபநிடதத்துக்கு உரியதான விளக்கத்திற்கான உத்திகளை நினைவில் கொள்ள வேண்டும். பிரம்மமே **"நான்"** என்கிற தியானத்தில் இருக்கும்போது கர்வம் விடுபடும். பிறகு உடலே நான் என்ற எண்ணம் விலகிக்கொள்ளும். **"நான்"** உடல் அல்ல ஆத்மாதான் என்பதை அறிந்து கொண்டவனுக்கு மேலும் அறிவதற்கு எவரும் தேவைப்பட மாட்டார்கள். வியவகார உலகின் வேற்றுமைகளை விட்ட ஞானிக்குப் பிறருடன் தர்க்கிப்பது தேவையற்றதாகும்.

"பசி என்ற வியாதியைப் போக்க வேண்டும்.
நாள்தோறும் பிட்சை என்னும் மருந்தை உட்கொள்ள வேண்டும்.
சுவையான உணவை வேண்டக்கூடாது.
கிடைத்ததைக் கொண்டு சந்தோஷப்பட வேண்டும்.
எதிலும் பற்றற்ற நிலையை விரும்ப வேண்டும்.
பொதுமக்களிடம் இரக்கமோ கொடுமையோ காட்டக்கூடாது.
குளிர்-வெப்பம் முதலியற்றைப் பொறுத்துக் கொள்ள வேண்டும்.
வீண் வார்த்தை பேசக்கூடாது"

(4)

நான்காவது பாடல் ஞானம் பெற்றவர்கள் மீதமுள்ள வாழ்க்கையில் கடைப்பிடிக்க வேண்டியது பற்றிக் கூறுகிறது. பசி என்கிற நோய்க்குப் பிச்சை என்ற மருந்தை உட்கொள்ள வேண்டும், சுவையான உணவை நாடக்கூடாது, கிடைத்ததைக் கொண்டு மகிழ்ச்சி கொள்ள வேண்டும். எதிலும் பற்றற்ற நிலையில் இருக்க வேண்டும். பொதுமக்கள் மீது இரக்கமோ கொடுமையோ காட்டக்கூடாது. குளிர் வெப்பம் முதலியவைகளைப் பொறுத்துக் கொள்ளவேண்டும். வீண் வார்த்தை பேசக்கூடாது.

"தனிமையில் சுகமாக இருக்க வேண்டும்.
அனைத்தையும்விட மேலான பிரம்மத்திடம் மனம்
நிலைநிறுத்தப்பட வேண்டும்.
எங்கும் நிறைந்துள்ள ஆத்மாவை நன்கு நேரில் காண
வேண்டும்.
இந்த ஜகம் அந்த ஞானத்தால் அறவே மறக்கடிக்க வேண்டும்.
முந்தின கர்மா அதாவது சஞ்சிதம் ஞான பலத்தால்
அழிக்கப்பட வேண்டும்.
பின் கர்மாக்களோடு அதாவது ஆகாமிய கர்மாக்களுடன்
ஒட்டமாட்டான்.
இங்கு பிராப்தமோவெனில் அனுபவிக்கப்பட வேண்டும்.
அதன் பிறகு பிரம்ம ஸ்வரூபமாக இருக்க வேண்டும்".

(5)

இப்பாடலும் எளிதாகப் புரிந்து கொள்ள வேண்டியதேயாகும். முனிவர்களின் பழைய சஞ்சித கர்மங்கள் ஞானத்தால் அழிக்கப்பட்டுவிடும். அவர் ஜீவன்முக்தர் ஆதலால் புதிய கர்மங்களான ஆகாமியம் தொடராது. ஜீவன்முக்தர் என்றால் ஜீவிக்கும் போதே முக்திநிலை அடைந்தவர். ஜீவன் முக்தர் மீதமுள்ள பிராப்த கர்மங்களை மட்டுமே அனுபவிக்க வேண்டும். அனுபவித்து கழித்தபின்பு சத் சித் ஆனந்த பிரம்ம சொரூபமாக இருப்பார்.

இந்த **"உபதேச பஞ்சகம்"** அத்வைத வேதாந்தத்திற்கான அறிமுகமாக இருக்கிறது என்ற காரணத்தால் முழுமையாகப் பார்க்கப்பட்டது.

பிரம்மானுசிந்தனம்

"பிரம்மானுசிந்தனம்" என்கிற 29 பாடல்களைக் கொண்ட இந்தச் சிறிய பிரகரணம் பிரம்மநிலை அடைந்தவர்களின்

அனுபவத்தைத் தொகுத்தளித்துள்ளது.

இதன் நான்காவது பாடல் சம்சாரத்தில் இருந்து விடுபட்டு ஞானம் பெற்ற சன்யாசிக்கு நான்கு வர்ணமும், நான்கு ஆஸ்ரமும் நீங்கியவராக இருப்பதைச் சுட்டிக்காட்டுகிறது.

"எல்லா உபாதிகளில் இருந்தும் விடுபட்டதும் சைதன்ய சொரூபமானதும் இடைவெளி இல்லாததுமான அந்த பிரம்மம் நான், இவ்வாறு அறிந்துவிட்டு வர்ணமுள்ளவனாகவும் ஆஸ்ரமமுள்ளவனாகவும் எப்படி இருப்பான்?"

வியவகாரய உலகத்தில் இருந்து விடுபட்டு ஞானநிலை அடைந்தவர்களுக்கு வர்ணமோ அதாவது சுயதர்மத்தைப் பின்பற்ற வேண்டிய நிலையோ கிரகஸ்தன் முதலான நான்கு ஆஸ்ரமத்தைக் கடப்பதும் தேவையற்றதாகிறது என்பதைச் சுட்டிக்காட்டுகிறது.

இதனையே வலியுறுத்தி எட்டாவது மற்றும் ஒன்பதாவது பாடல் விளக்குகிறது.

"எப்பொழுதும் தானே பிரம்மம் என்ற நினைப்போடு எவரெல்லாம் வாழ்கின்றாரோ அவர்களுக்குப் பாபம் சிறிதும் கிடையாது. பாபங்களிலிருந்து உண்டாகும் துன்பங்களும் கிடையாது."

சம்சாரம் என்பது அநித்திய வஸ்து என்று அறிந்து நித்திய வஸ்துவான ஆத்மாவே தான் என்பதை அறிந்த ஞானியானவர் ஜீவன்முத்தராவார். அதனால் அவருக்கு உலக சஞ்சாரத்தில் பாபம் ஒட்டுவதில்லை. அதனால் துன்பம் அவரை அண்டுவதில்லை.

மீதமுள்ள பாடல்களில் ஜீவன்முக்தர் எவ்வாறு இந்நிலை அடைந்தார் என்பதை விளக்குகிறது.

"இந்தப் பிரபஞ்சம் பொய்யே. நான் உண்மையானதும் அழிவற்றதுமான பிரம்மம். இந்த விஷயத்தில் உபநிடதங்களும், ஆச்சாரியர்களும் அவ்வாறே அனுபவமும் பிரமாணம். நான் பிரம்மமே. உடல் அல்ல. நான் பிரம்மத்தைக் காட்டிலும் வேறு அல்ல. நான் உடல் அல்ல. உடல் என்னுடையது அல்ல. நான் எப்பொழுதும் இருப்பவன் தனிப்பட்டவன்."

(26-27)

எளிமையாகவே இப்பாடல் கருத்தை வெளிப்படுத்தியுள்ளது. இப்பிரபஞ்சம் பொய் என்பதையும் தான் அழிவற்ற பிரம்மம் என்பதையும் விளக்குகிறது. அவ்வாறே உபநிடதம், ஆச்சாரியரின் உபதேசத்தையும் அனுபவத்தையும் உறுதிப்படுத்தியது. இதன்

தெளிவில் **"நான்"** உடலோ, சம்சாரியோ அல்ல என்பதை அறிந்து தனியனாக ஆனந்திக்கிறார். இருப்பது ஒரே பொருளான பிரம்மமே. இது இரண்டற்றது, இதனைத்தவிர வேறொன்றாக எதுவும் இல்லை என்கிற நிலையை ஜீவன் அடைய வேண்டுமாயின் ஜீவபிரம்ம ஐக்கியம் ஏற்பட வேண்டும். அவ்வாறு அடைந்த நிலையின் கூற்றாக இருபத்தி நான்காவது பாடல் அமைந்துள்ளது.

"எல்லாம் என்னிடத்தில் இருந்து உண்டானது. எல்லாம் என்னிடம் நிலைத்து நிற்கிறது. என்னிடம் எல்லாம் மறைந்துபோகிறது.
ஆகையால் நான் அத்விதீயமான பிரம்மமாக இருக்கிறேன்" (24)

அத்வைத சித்தாந்தத்தின் இறுதிக் குறிக்கோள் இந்த ஜீவ-பிரம்ம ஐக்கியமே ஆகும்.

மாயா பஞ்சகம்

"மாயா பஞ்சகம்" 5 பாடல்களைக் கொண்ட பிரகரணம் மாயையின் லீலைகளை எடுத்துக்காட்டுகிறது. இந்த வியவகார உலகில் ஜீவனைச் சிக்கித் தவிக்கவிடுவது இந்த மாயையே. அத்வைத சித்தாந்தத்தைப் பிற சித்தாந்திகள் **"மாயாவாதம்"** என்றே அழைப்பர். அத்வைத சித்தாந்தத்தின் அடிப்படையைப் புரிந்து கொள்வதற்கு இந்த மாயை பற்றிய கருத்தை முழுமையாக அறிந்திருக்க வேண்டும். அவ்வாறு அறிந்து கொள்வதற்கு இந்த ஐந்து பாடல்கள் துணைபுரிகின்றன.

"ஒப்பற்றதும், அழிவற்றதும் கூறுபோட முடியாததும் பிரிவு அற்றதும், வேற்றுமை முதலியவை இல்லாததும் ஞான சொரூபமுமான என்னிடமும் உலகம், ஜீவன், ஈசுவரன் என்ற வேற்றுமையை சேர்த்து வைக்கிறது, சேர முடியாததைச் சேர்த்து வைப்பதில் மிகத் திறமையுள்ள மாயை"
(1).

உண்மையில் இருப்பது பிரம்மம் ஒன்றே. இது ஒப்பற்றது, அழிவற்றது, கூறுபோட முடியாதது, பிரிவற்றது, வேற்றுமை இல்லாதது. இப்படிப்பட்டதை உலகமாக, ஜீவனாக, ஈசுவரனாக வேற்றுமைகளைச் சேர்த்து வைப்பது மாயையே என்கிறது அத்வைத சித்தாந்தம்.

"ஆனந்தம், சைதன்யம், அறிவு சொரூபமானதும் பிரிவில்லாததும் இரண்டாவது பொருள் இல்லாததுமான

அ.கா.ஈஸ்வரன்

"ஆத்மாவை ஆகாசம், வாயு முதலியவைகளால் உண்டு பண்ணப்பட்ட உடலில் சேர்த்து, சேராததைச் சேர்த்து வைப்பதில் திறமையுள்ள மாயை, சம்சார சாகரத்தில் மிகவும் சுழலும்படி செய்கிறது."
(3)

சம்சார சாகரத்திற்கு காரணமே இந்த மாயைதான். சேராததைச் சேர்த்து வைத்துப் பார்ப்பது இந்த மாயைதான்.

நித்திய வஸ்துவான பிரம்மம் சத்-சித்- ஆனந்தமயமானது. இதில் குணம், வர்ணம், சாதி போன்ற வேற்றுமைகள் கிடையாது. பிராமணன், வைசியன் முதலான வேற்றுமைகளையும் அகங்காரத்தையும், மனைவி, பிள்ளை, வீடு இவற்றில் எனது என்கிற மயக்கம் உடலுக்கே உண்டு. பிரம்மமான ஆத்மாவில் இத்தகைய வேற்றுமைகள் கிடையாது.

"குணம், வர்ணம், சாதி இவற்றின் வேற்றுமைகள் அற்றதும், ஆனந்த சைதன்ய ரூபமான ஆத்மாவில் பிராமணன், வைசியன் முதலான அகங்காரத்தையும், மனைவி, பிள்ளை, வீடு இவைகளில் எனது என்ற மயக்கத்தைச் சேராததைச் சேர்ப்பதில் திறமையுள்ள மாயை தெளிவாகக் காட்டுகிறது"
(4)

சேராததைச் சேர்த்து வைக்கிற இந்த மாயையின் செயல் வியவகார உலகத்தில் அதாவது சம்சார நிலையில்தான் காணப்படுகிறது. வேற்றுமையற்ற ஆத்மாவில் இவை காணப்படுவதில்லை. வேறுபாடுகள் மாயையின் தோற்றங்களே. வேற்றுமையற்ற ஒருமை பிரம்மத்தில் மட்டுமே இருக்கிறது என்பது அத்வைதக் கொள்கை.

மநீஷா பஞ்சகம்

"மநீஷா பஞ்சகம்" என்ற நூலையொட்டி மரபுவழிக்கதை இருக்கிறது. ஆதிசங்கரர் வடஇந்தியாவிற்குச் சென்றிருந்தபோது காசி நகரில் இது நடந்ததாகக் கூறப்படுகிறது. ஆதிசங்கரர் தம் சீடர்களுடன் கங்கையில் நீராடிவிட்டு, காசி விஸ்வநாதரை வணங்குவதற்குக் கோவிலை நோக்கிச் சென்றுகொண்டிருந்தார். அவருக்கு எதிரில் அழுக்கடைந்த தோற்றத்துடன் ஒரு சண்டாளன் தன்பிழைப்பிற்காக இசைக்கருவியை வைத்துகொண்டு இசைத்த வண்ணம் வந்தார். அப்போது ஆதிசங்கரர் எதிரில் வந்த அவரை "விலகு, விலகு" என்று கூறினார். அதற்கு அந்தச் சண்டாளன்

கூறினார்.

"சிறந்த சந்யாசியே, உணவால் உண்டான உடலில் இருந்து உணவாலான உடலையா? அல்லது சைதன்யத்தில் இருந்து சைதன்யத்தைத்தானா? எதை விலகு விலகு என்று தூரத்தில் விலக்குவதற்கு விரும்புகிறாய் சொல்."

(1)

அதாவது ஒரு உடலில் இருந்து மற்றோர் உடலை விலகிப் போகச் சொல்கிறாயா? அல்லது ஆத்மாவிலிருந்து ஆத்மாவை விலகச்சொல்கிறாயா?. இருவருக்கும் உணவால் உண்டான உடலே இருக்கிறது. எங்கும் நிறைந்த ஆத்மாவே இருவரிடமும் இருக்கிறபடியால் விலகு என்று சொன்னது எதனை என்று கேட்கிறார்.

இதற்கு அடுத்தப்பாடல் இதனையே நேரடியாகத் தெளிவான கேள்வியாக வைக்கப்படுகிறது.

"கங்கை நீரில் மற்றும் சேரியில் காணப்படும் குட்டையில் உள்ள நீரில் பிரதிபலிக்கும் சூரியனிடம் வேறுபாடு உண்டா? மேலும் பொற்குடத்தில் மற்றும் மண்குடத்தில் உள்ளேயுள்ள ஆகாயத்திடம் வேறுபாடு உண்டா? எண்ண அலைகளற்ற தன்னிலைபெற்ற ஆனந்தமயமான ஞானக் கடலில் ஆத்மவிஷயத்தில் இவன் பண்டிதன், இவன் புலயன் என்ற இந்த மாபெரும் விபரீத மனமயக்கம் ஏன்?"

(2)

உடல் தொடர்புள்ள சம்சாரிக்கே வேறுபாடுகள் உண்டு, ஞானம் பெற்ற சன்யாசிக்கு இந்த வேறுபாடு கிடையாது, அப்படியிருக்க இந்த மாபெரும் விபரீத மனமயக்கம் ஏன் என்று கேள்வி எழுப்படுகிறது.

சந்யாசிக்கு, பண்டிதன் என்றோ? புலையன் என்றோ? வேறுபாடு இருக்கிறதா? என்ற கேள்விக்கு ஐந்து பாடல்களால் பதிலளிக்கப்படுகிறது.

"நனவு, கனவு, தூக்கம் ஆகிய மூன்று நிலைகளில் தெளிவாக எந்த ஒரு ஞானம் உண்டாகிறதோ பிரம்மா முதல் எறும்பு வரையிலானவற்றின் உடலில் நெருங்கி உலகத்தின் சாட்சியாக எந்த ஞானம் உள்ளதோ அதுதான் நான், "காணும் பொருளல்ல" என்று உறுதியான ஞானம் எவனுக்கு உள்ளதோ அவன் சண்டாளராக இருந்தாலென்ன பிராமணராக

இருந்தாலென்ன அவனே குரு என்பதே என்னுடைய எண்ணம்."

(1)

இந்த நூலை வைத்து ஆதி சங்கரர் வர்ணாசிரமத்தை ஆதரிக்கவில்லை, அதாவது சரிதையை ஆதரிக்கவில்லை, இதனை மதவாதிகள் மறைத்துவிட்டனர் என்பதாகக் கருத்து தெவிக்கின்றனர். ஆனால் இது தவறாகும். வர்ணாசிரம தர்மம் தேவையில்லை என்று எந்த இடத்திலும் ஆதிசங்கரர் கூறவில்லை. ஞானம் ஏற்படும்வரை உலகத்தில் வேறுபாடுகள் இருக்கும். சம்சாரத்தில் ஈடுபட்டுள்ள கிரகஸ்தன், சுயதர்மத்தைக் கடைப்பிடிக்க வேண்டும் என்றே எழுதியிருக்கிறார். **"உபதேச பஞ்சகம்"** என்ற பிரகரணத்தில் வேதமானது தினந்தோறும் அத்யயனம் செய்யப்பட வேண்டும். அதில் கூறப்பட்ட நித்யநைமித்திக கர்மாவானது நன்கு அனுஷ்டிக்கப்பட வேண்டும் என்று கிரகஸ்தனுக்குரியது வலியுறுத்தப்பட்டுள்ளது. விவேகசூடாமணியின் 94வது பாடலில் (சில பதிப்பில் 91) பிறப்பு, இறப்பு முதலிய இயல்புகளும் பருமன் முதலிய பல மாறுதல்களும் குழந்தை முதலான நிலைகளும் வர்ணாச்ரமாதி நியமங்களும் எல்லாம் ஸ்தூல சரீரத்துடையவையே ஆகும். அதாவது உடலைக் கொண்டு செயற்படுகிற சம்சாரத்தில் காணப்படுவதைச் சுட்டிக்காட்டியுள்ளார். மேலும் ஞானம் பெறுவதற்கு முதலில் சித்தசுத்தி (மனத்தூய்மை-மனத்தெளிவு) பெற வேண்டும். அதற்குச் சுயதர்மத்தை (பிறப்பால் உருவாகும் தர்மத்தை) கடைப்பிடிக்கும்படி ஆதிசங்கரர் கூறியுள்ளார்.

"வேதாந்த பிரமாணத்தில் சஞ்சலமற்ற திடநம்பிக்கை உள்ளவனுக்குச் சுயதர்மத்தைக் கடைப்பிடிப்பதும் அதனால் அந்தகரணச் சுத்தியும் ஏற்படுகின்றது. மனத்தூய்மை பெற்ற அவனுக்கு இறை அனுபூதி கிடைக்கிறது. அதுவே சம்சாரத்தை நாசமடையச் செய்கிறது"

(விவேக சூடாமணி 148 சில பதிப்பில் 150)

சம்சாரத்தில் ஈடுபட்டுள்ளவர்களுக்குப் பிறப்பால் உருவான வர்ண தர்மம் கடைபிடிக்கப்பட வேண்டும் என்பதே அத்வைத சித்தாந்தியான ஆதி சங்கரரின் கருத்தாகும்.

விவேக சூடாமணி

"விவேக சூடாமணி" என்ற பிரகரணம் 580 பாடல்களைக் கொண்டுள்ளது. சில பதிப்புகளில் வரிசை எண்கள் மாறி வருகின்றன. அதனால் எண்கள் எல்லாப் பதிப்புகளுக்கும்

பொருந்தும்படியாக இருக்காது. அதேபோல் உட்தலைப்புகளின் எண்ணிக்கையும் மாறுபடுகிறது.

விவேகம் என்றால் பகுத்துப் பார்க்கின்ற அறிவு என்பது பொருள். சூடாமணி என்றால் தலையில் அணியும் ரத்தினம் என்ற அணிகலன். அனைத்து அணிகலன்களில் சூடாமணி தலைமையானது. விவேகத்தைச் சுட்டும் நூல்களில் இது தலைச்சிறந்து விளங்குவதால் **"விவேக சூடாமணி"** என்று இந்நூல் பெயர் பெற்றுள்ளதாகக் கூறுவர்.

ஆதிசங்கரர் என்றவுடன் முதலில் **"பஜகோவிந்தம்"** நூலே நினைவுக்கு வரும். அதற்கு அடுத்தபடியாக **"விவேக சூடாமணி"**யே நினைவுக்கு வரும். அத்வைத சித்தாந்தத்தைப் படிப்பவர்களிடையே **"விவேக சூடாமணி"** பிரகரணமே முதலில் நினைவுக்கு வரும்.

அத்வைத சித்தாந்தத்தின் அறிமுகம் பெற்றவர்கள் இந்த **"விவேக சூடாமணி"** நூலை இரண்டு அல்லது மூன்று முறை படித்தாலே அத்வைதத்தை முழுமையாக, சுயமாகப் புரிந்து கொள்ள முடியும்.

ஆதிசங்கரர் தமது சத்குருவான கோவிந்தரை வணங்கி நூலைத் தொடங்குகிறார். குருவை பிரம்மமாகவே நினைத்துப் பாடியுள்ளார்.

"வாக்குக்கும் மனதுக்கும் எட்டாதவரும், அனைத்து வேதங்களின் முடிவான சித்தாந்த வாக்கியங்களில் இருந்து தெளிந்த புத்தியால் அறியக்கூடியவரும் பரமானந்தமானவரும் சத்குருவுமான கோவிந்தரை நான் வணங்குகிறேன்"

(1)

அத்வைதம் மனிதப் பிறவியை முக்திக்கு உரியதாகக் கருதுகிறது, அதனால் அதனைச் சிறப்பித்துக் கூறும் இரண்டாம் பாடல், அத்வைத வழிமுறைகளையும் இணைத்துப் பாடப்பட்டுள்ளது.

"ஜீவராசிகளுக்கு மானிடப் பிறவி அடைதற்கரியது, அதிலும் ஆண் பிறவி, அதைக்காட்டிலும் பிராமணப் பிறவி, அதற்கும் மேலாக வைதீக தர்மவழியைப் பின்பற்றி நடத்தல், அதற்கு மேம்பட்டது தேவதத்தின் உட்பொருளை உணர்தல். ஆத்மாவையும் அல்லாததையும் பிரித்தறியும் விவேகம் சிறந்த அனுபவம், ஆத்மா பிரம்மமாக நிலை பெற்றிருத்தலாகிய முக்தி ஆகிய இவற்றைப் பலகோடிப் பிறவிகளில் செய்த புண்ணியம் இல்லாமல் அடைய இயலாது"

(2)

கிடைப்பதற்கு அரிய மனிதப்பிறவியைப் பெற்றும் வேதத்தின் உட்கருத்தின் அறிவையும் அடைந்து, முக்தியை அடைவதற்கு முயற்சி செய்யாதவன் ஒரு மூடன் என்றும் அந்த மூடன் தற்கொலை செய்து கொண்டவனாகிறான் என்றும் நான்காவது பாடலில் ஆதிசங்கரர் மிகவும் கடுமையாகத் தமது கருத்தை வெளிப்படுத்தியுள்ளார்.

"கிடைப்பதற்கு அரிய மனிதப் பிறவி கிடைத்ததுடன் ஆண்மையையும் அத்துடன் வேதத்தின் உட்கருத்தின் அறிவையும் அடைந்தும், ஆத்ம முக்தியை அடைவதற்கு முயற்சி செய்யாத மூட மனிதனும் உண்டோ? உண்டென்றால் அவன் தற்கொலை செய்துகொண்டவனாகிறான். உண்மை அல்லாத வெளி உலகப் பொருட்களை நாடுவதன் காரணமாக அவன் தன்னை தானே அழித்துக் கொள்கிறான்."

(4)

ஆதிசங்கரர் எந்தவித மறைப்பும் இல்லாது தமது கருத்தை முன்வைகிறார். மனிதப் பிறவியின் நோக்கம் முக்தியே. அதனை அறியாதவன் மூடனே. உலகில் காணும் பொருட்களினால் விடுதலை கிடைக்கும் என்று ஆசைப்படாதே. அது சாத்தியமன்று. கர்மா அதாவது வெளிப்பொருட்களுடன் ஈடுபடுகின்ற செயல் விடுதலைக்கு (முக்திக்கு) வழிவகுக்காது என்பதுதான் அத்வைதத்தின் கூற்று.

"சாஸ்திரம் படிக்கட்டும், அவைகளை மேற்கோள்காட்டிப் பேசட்டும், தேவர்களைக் குறித்து வேள்விகளைச் செய்யட்டும், வைதீக கர்மங்களைக் கடைப்பிடிக்கட்டும், இஷ்ட தேவதைகளை வழிபடட்டும், இவையெல்லாம் செய்தாலும் "ஆத்மாவே நான்" என்ற அறிவின் விழிப்பில்லாமல் பிரம்மாவின் நூறு வயது முடிவிலும் முக்தியானது சித்திக்காது.
வெளிப்பொருட்களைக் கொண்டு விடுதலையை அடைய ஆசைப்படவேண்டாம். அது சாத்தியமல்ல என்றே வேதாந்தம் கூறுகிறது. இக்காரணத்தால் விடுதலைக்குக் கர்மா (வெளிப் பொருட்களுடன் செய்திடும் செயல்) காரணமாகாது என்று தெளிவாகிறது"

(6-7)

வேதாந்த முடிவுக்கு விரோதமான, கர்மாக்களால் முக்தியை அடையலாம் என்ற தவறான முடிவில் இருந்து விடுபடவேண்டும். அதற்கு அத்வைத சத்குருவை நாடவேண்டும். அவரிடம் உபதேசம்

பெறவேண்டும்.

"ஆகையால் வெளிப்பொருட்களில் உள்ள சுகத்தில் பற்றைத் துறந்தவனாய் சாதுவும் மகாத்மாவுமான குருவை முறைப்படி அடைந்து உபதேசிக்கப்பட்ட பொருளில் சித்தத்தை நிலைநிறுத்தியவனாய், அறிவாளியானவன் முக்திக்காக நன்முயற்சி செய்ய வேண்டும்."
(8)

சாஸ்திரத்தில் காணப்படும் உபதேசப் பொருளைப் பற்றி இந்நூலின் நெடுகிலும் ஆதிசங்கரர் எழுதியிருக்கிறார். அதில் சிலவற்றை மட்டும் இங்கே பார்ப்போம்.

"கர்மா என்பது மனதின் தெளிவின் பொருட்டே செய்யப்படுகிறது. உண்மைப் பொருளை அறிவதற்கு பயன்படாது. உண்மைப் பொருள் விசாரத்தினால் (விசாரணையினால் - ஆராய்ச்சியினால்) மட்டுமே அறியப்படக்கூடியது. கோடிக்கணக்கான கர்மங்களைச் செய்வதால் சிறிதும் ஏற்படாது."
(11)

உலகப்பொருளின் மீதான கவனத்தில் இருந்து விடுபட்டு, ஆத்மாவைப் பற்றிய விசாரணையில் இறங்க வேண்டும். உலகப்பொருளானது அநித்திய வஸ்து என்பதை அறிந்து நித்திய வஸ்துவான ஆத்ம நிலையை அராய்ந்து அறியவேண்டும். அநித்திய வஸ்துவுடனான தொடர்பை விடுத்து நித்திய வஸ்துவான ஆத்மாவில் நிலைக்க வேண்டும். இதற்கு பிரம்மம் உண்மைப்பொருளா? உலகம் உண்மைப்பொருளா? என்ற விசாரணை அவசியம்.

வேதாந்த சாஸ்திரமும் வேதாந்த குருவும் பிரம்மமே சத்தியம், உலகம் பொய் என்று கூறியதைச் சுயமாகப் புரிந்துணர வேண்டும்.

"பிரம்மம் சத்தியம் உலகம் பொய்த்தோற்றம் (பிரம்ம சத்தியம் ஜகத் மித்யை) என்ற நிச்சய புத்திதான் நித்ய வஸ்து, அநித்திய வஸ்து என்பதை அறிவதே விவேகம் என்று தெளிவாகக் கூறப்பட்டுள்ளது"
(20)

சத்குருவானவர் இதனை விளக்குவதற்கும் சம்சாரத்திலிருந்து விடுபட்டு முக்தி அடைவதற்கும் உதவிபுரிகிறார்.

"அறியாமையுடனான சேர்க்கையால்தான் பரமாத்வான உனக்கு

அநாத்ம வஸ்துகளின் தொடர்பு ஏற்பட்டது. அதனிடம் இருந்தே பிறவிச்சூழல் உருவாகிறது. ஆத்மா - அநாத்மாவாகிய இவ்விரண்டையும் பற்றிய விளக்கத்தினால் கிடைத்த ஞானத் தீயானது அஞ்ஞானத்தின் செயலை அடியோடு எரித்துவிடும்" (47)

இவைகளைக் கேட்டவுடன் சீடனுக்கு ஏழுகேள்விகள் எழுகின்றன.

"பந்தம் என்பது என்ன?
அது எவ்வாறு ஏற்பட்டது?
அதன் நிலைப்பாடு எப்படிப்பட்டது?
அதிலிருந்து முற்றிலுமாக விடுபடுவது எங்ஙனம்?
அந்த ஆத்மாவல்லாதது என்பது எது?
பரமாத்மா என்பது எது?
ஆத்மா, அநாத்மா என்பதை எவ்வாறு பிரித்தறிவது?
இவைகளைப் பற்றி உபதேசிக்க வேண்டும்."

(49)

சீடன் கேட்ட கேள்விக்கு ஒவ்வொன்றாக சத்குரு பதில் அளிக்கிறார். தனக்குத் தானே அனுபவத்தில் குருவால் அளிக்கப்பட்ட பதிலைக் காண வேண்டும். பிரம்மம் என்ற சப்தங்களினால் முக்தி கிடைக்காது.

"மருந்தை உண்ணாமல் அதன் பெயரை உருப்போடுவதால் மட்டும் நோய் நீங்காது. அதேபோல் பிறர் கண்கொண்டு பாராமல் தனக்குத்தானே அனுபவம் ஏற்பட்டால் அன்றி பிரம்மத்தைப் பற்றிய சப்தங்களால் முக்தி கிட்டாது"

(63)

வீரியமிக்க மருந்தாக இருந்தாலும் அதன் பெயரை அறிந்தால் மட்டும் நோய் நீங்கிடாது. சாஸ்திர உபதேசம் குருவால் உபதேசிக்கப்பட்டாலும் அதன் பொருளை அனுபவ வழியில் அறிந்திட வேண்டும். அப்போதுதான் அறியாமையில் இருந்து விடுதலை கிடைக்கும்.

இதனை அனுபவப்பூர்வமாக அறிய வேண்டுமானால் "நான்" கர்த்தா (நான் செய்கிறேன்) "நான்" போக்தா (நான் அனுபவிக்கின்றேன்) என்ற விருப்பத்தை விட்டுவிட வேண்டும். இந்த விருப்பங்கள் அகங்காரத்தை ஏற்படுத்துகின்றன. இந்த அகங்காரத்தை விடுத்து ஆத்மாதான் தான் என்பதைச் சொந்த அனுபவத்தோடு நேரடியாக அறிய வேண்டும்.

"வசப்பட்ட மனதால் உன்னிடத்திலேயே நீ உன்னுடைய ஆத்மாவை "இதுதான் நான்" என்று அறிவின் தெளிவால் நேரடியாக அறிந்து கொள்வாயாக. பிறப்பு, இறப்பு ஆகிய அலையுடன்கூடிய கடக்க முடியாத சம்சார சாகரத்தைக் (பிறவிக்கடலைக்) கடப்பாயாக. பிரம்ம சொரூபத்துடன் நிலைபெற்றவனாய் செய்ய வேண்டியதைச் செய்தவனாக ஆவாயாக".
(137)

சம்சார உலகிற்கு மனமே காரணமாகும். மனமே ஆசையைத் தோற்றுவிக்கிறது, ஆசையால் அடைந்து நீடித்து நிலைக்காமல் போய்விடுமோ என்று அவதிப்படுகிறது. கிடைக்காதபோது நிராசையால் அவதிகொள்கிறது. அதனால் மனமே அவித்தை என்கிறார் ஆதிசங்கரர். மனம் அடங்கினால் வெளி விஷயங்கள் அதாவது உலகப்பொருட்களின் மீதான விருப்பம் அனைத்தும் அடங்கிவிடும்.

"மனதைக்காட்டிலும் வேறான அவித்தை (அஞ்ஞானம்
- அறியாமை) என்பது இல்லவே இல்லை, மனமே பிறவித்தளைகளுக்குக் காரணமான அவித்தை, அது அழிவடைந்தால் அனைத்தும் அழிவடையும், அது கிளம்பினால் அனைத்தும் கிளம்பும்.
வெளி உலகத் தொடர்பு எதுவுமில்லாத கனவு நிலையில், கனவு உலகத்தையும் அதை அனுபவிப்பவனையும் - மனம் தனது சக்தியினால்தான் உருவாக்குகிறது. அதே போன்றுதான் நனவிலும் ஒரு வேறுபாடும் இல்லை. மனதினுடைய தோற்றம்தான் பன்மை வடிவான இந்த உலகம்".
(169-170)

"திடமான விவேகமும், தீவிரமான வைராக்கியமும் கொண்ட பரிசுத்தமான மனம் மோட்சத்திற்குத் தகுதி பெறுகிறது. புத்திமானாகிய முமுட்சுவின் முதலாவதும் முக்கியமானதுமான செயல் இவ்விரண்டையும் திடப்படுத்துவதே ஆகும்".
(175)

விவேகம் என்பது ஆத்மாவையும் அநாத்மாவையும் வேறுபடுத்தி அறியும் அறிவு.

வைராக்கியம் என்பது அநாத்மப் பொருட்களை விட்டுவிடுகிற மனத்திண்மை.

இவையிரண்டும் மனத்தூய்மைக்கு அவசியமாகும். அடுத்த

பாடலில் ஆதிசங்கரர் வெளி விஷயங்களைக் காடாக வர்ணிக்கிறார், மனதைப் புலியோடு ஒப்பிடுகிறார். முக்தியை விரும்புகிற முமுட்சு வெளி விஷங்களான காட்டை நாடக்கூடாது என்கிறார்.

"வெளி பொருட்கள் என்கிற காட்டுப்பிரதேசத்தில் மனம் என்ற கொடிய புலி உலவுகிறது. விடுதலையை விரும்பும் முமுட்சுவான சாதுக்கள் அக்காட்டு வழியில் செல்லலாகாது". (176)

வெளிப் பொருட்களான காட்டுப்பிரதேசத்தின் உண்மைத் தன்மையை அறிய வேண்டுமாயின் அத்வைதம் கூறுகிற **"மாயை"** என்பதை அறிந்து கொள்ள வேண்டும். பிரம்மம் சத்தியம் ஜகத் மித் (மாயை) என்பதே அத்வைதக் கண்ணோட்டம். உலகத்தின் பொய்த் தோற்றத்திற்கு இந்த மாயையே காரணமாகும். அந்த மாயை வார்த்தைகளால் விளக்க முடியாத அநிர்வசனமாகும். அதனை உள்ளது என்றோ இல்லது என்றோ இரண்டும் சேர்ந்தது என்றோ கூறமுடியாது.

"வ்யக்தம் என்ற பெயருள்ளதும் முக்குண வடிவமானதும் அநாதியும் ஆன அவித்தை பரமேஸ்வரனுடைய சக்தியாகும். இதை மாயை என்றும் கூறுவர். இதிலிருந்து உண்டாகின்ற காரியங்களில் இருந்து விவேகிகளுக்கு இதை அனுமானிக்க முடியும். உலகம் முழுதும் இதிலிருந்தே தோன்றுகின்றன. மாயை சத்துமல்ல (இருப்புடையதன்று), அசத்துமல்ல (இருப்பில்லாததுமன்று) இருவகைப் பட்டதுமன்று, பகுக்கப்பட்டதாகவோ, பகுக்கப்படாததாகவோ இருவகைப்பட்டதாகவோ அது இல்லை. அங்கங்களை உடையதாகவோ அங்கங்களில்லாததாகவோ இல்லை. மிகவும் ஆச்சரியமானது இப்படிப்பட்டதென்று கூறமுடியாத அநிர்வசநீயமாகும்"

(108 -109)

மாயைத் தோற்றத்தால் பன்மையான பொருள் காணப்படுகிறது, பன்மையினால் பயம் ஏற்படுகிறது. தானல்லாததைத் தான் என்ற நினைப்பதே பயத்திற்குக் காரணம். தானல்லாத இந்த உடலை விடுத்து உண்மையான தானான ஆத்மாவை விசாரித்து அறியவேண்டும். இந்தப் பிரபஞ்சம் மாயை என்பதை அறிந்த பின்பு சாரமற்ற சம்சாரத்தில் இருந்து விடுபட்டுத் துறவை மேற்கொள்ள வேண்டும். அந்நிலையில் நான் இந்த உடல்

என்ற தவறான புரிதலில் இருந்து விடுபட்டு, **"நான் இந்த ஆத்மா"** என்ற எண்ணத்தை மனதில் நிலைநிறுத்த வேண்டும். அந்நிலையில் எல்லாத் துன்பங்களில் இருந்து விலகியவனாய் ஆனந்த அனுபூதியில் லயிக்கிறான். முக்தி பெறுகிறான்.

"விவேகியானவன் எப்பொழுதாவது எல்லையற்ற பிரம்மத்திடம் அணுயளவேணும் வேறுபாட்டைப் பார்ப்பானாகில் அதன்பிறகு அதுவே அவனுக்குப் பயத்தை உண்டுபண்ணுகிறது. கவனக்குறைவால் வேறானதாக எது பார்க்கப்பட்டதோ அதுவே பயத்தைக் கொடுக்கிறது" (331)

"சத்தியமான பிரம்ம தியானத்தில் ஆழ்ந்து அஞ்ஞானத்தில் இருந்து விடுபட்டவன் நிலையாக மிக உயர்ந்ததான ஆத்மாவை அடைகிறான். பொய்யான பரபஞ்சத்தில் ஆழ்ந்திருப்பவன் அழிவுறுகிறான். குற்றமற்றவனுக்கும் குற்றவாளிக்கும் உள்ள வேறுபாடு போல் இவற்றை அறிந்து கொள்ள வேண்டும்". (333)

"வெளியுலகை ஒதுக்கியபின் மனதிற்குத் தெளிவு ஏற்படுகிறது. மனத்தெளிவு ஏற்பட்டால் பரமாத்ம தரிசனம் கிட்டுகிறது அவ்வாறு ஏற்பட்டதும் பிறவித்தளை அறுந்துவிடுகிறது. இவ்வாறு வெளியுலகை ஒதுக்குவது முக்திக்கு வழியாகிறது". (336)

அத்வைத சித்தாந்தத்தைத் தவிர பிற சித்தாந்தங்கள் முக்தி என்பதை இறப்பிற்குப் பிறகானதாகக் கூறுகின்றன. அத்வைதம் சம்சார சிந்தனையில் இருந்து விடுபட்டவன் ஆத்ம சிந்தனையில் ஒருமுகப்பட்டவன் ஜீவமுக்தியடைகிறான் என்கிறது. உலகில் உயிரோடு இருக்கும்போது அடைகிற முக்தி ஜீவமுக்தி. ஜீவன் முக்தி என்றும் கூறலாம்.

"தன்னைக் கட்டுப்படுத்தியவனுக்கு ஆனந்தத்தை உருவாக்கக்கூடியதும் வைராக்கியத்தைக் காட்டிலும் வேறொன்று இருப்பதாகத் தெரியவில்லை. அது பரிசுத்தமான ஆத்ம அனுபவத்துடன் கூடியதாக இருக்குமேயானால் முழுச்சுதந்திர சாம்ராஜ்யத்தை அருளக்கூடியதாக இருக்கும். நிலையான முக்தியை அடைவதற்கு இதுவே வாயில். ஆகையால் நீ இனி மேல் எல்லாவற்றின் மேலும் பற்றைவிட்டு உயர்ந்த நிலையான முக்திக்காகச் சத்ரூபமான பரமாத்மாவிடம் எப்பொழுதும் புத்தியை நிலைநிறுத்து". (377)

"தீயசெயல்களின் அழிவால் தீயஎண்ணங்களின் அழிவு

ஏற்படுகிறது. அதன் விளைவாய் தீயவாசனைகள் நீங்குகின்றன. தீய வாசனைகளின் அழிவே மோட்சம். அதுவே ஜீவன்முக்தி எனவும் சொல்லப்படுகிறது". (317)

முக்தியடைந்த ஞானிக்கு உடலால் எந்த மகிழ்ச்சியும், துக்கமும் ஏற்படாது. அவர் உடல் என்ற உணர்வில் வாழ்வதில்லை. பிரம்ம சொரூபத்தில் ஐக்கியமானவருக்கு உடலால் எந்தவித விருப்பு-வெறுப்பு, அதேபோன்று நன்மையும் தீமையும் அண்டுவதில்லை.

"ஸ்தூலமான உடல் முதலியவற்றுடன் தொடர்புடைவனுக்கும் "நான்", "எனது" என்ற பற்று உடையவனுக்குமே சுகமும் துக்கமும் ஏற்படுகின்றன. பந்தங்கள் அனைத்தையும் விட்டுவிட்டவனுக்கு எப்பொழுதும் ஆத்மாவாய் விளங்கும் ஞானிக்கு நன்மை-தீமை பலன்கள் எப்படி ஏற்படும்?" (547)

"உடலை நினையாமல் எப்பொழுதும் இருக்கும் இந்த பிரம்ம ஞானியை ஒருபொழுதும் விருப்பு-வெறுப்பு தொடுவதில்லை. அவ்வாறே நன்மை தீமைகளும் தொடுவதில்லை" (546)

பரமாத்ம சொரூபத்தில் ஒன்றி இருப்பதை அறிந்ததால் ஜீவன் முக்தனுக்குச் செயல் என்பது கிடையாது. இரண்டற்றதான நிலையில் பன்மையின் இருப்பு இல்லாததால் செயல் என்பது அங்கே இல்லை.

"பிரம்ம சத்-சித்-ஆனந்தவடிவானது. நித்தியமானது. செயல் என்பது அங்கு இல்லை. அது ஒன்றேயாக இருப்பது. இரண்டற்றது எனவே இங்கு பன்மையின் இருப்பு என்பது சிறிதும் இல்லை" (466)

செயல்கள் அற்ற ஜீவன் முக்தனின் உணர்வுநிலையை ஆதி சங்கரர் கூறுகிறார்:-

"பிரம்மமும் ஆத்மாவும் ஒன்றேயாக ஆகிவிட்டபோது புத்தி மறைந்துவிட்டது. செயல் முனைப்பு இல்லை. இதுதான் என்பதையோ, இதுவல்ல என்பதையோ நான் அறியவில்லை. அது என்னவென்றோ, எப்படிப்பட்டதென்றோ அறியவில்லை. அளவுகடந்த ஆனந்த நிலையில் இருந்ததை மட்டும் உணர்கிறேன்."

(482)

சம்சாரத்தில் இருப்பவர்களில் அளவுகடந்த செல்வம் இருப்பவர்களும் நிறைவு இல்லாமல் மனநிம்மதியற்றவர்களும் இருக்கிறார்கள். ஜீவன்முக்தர் ஏதுமற்றும் திருப்தியாக இருக்கிறார்கள். உடலோடு உலகில் நடமாடினாலும் ஜீவன்முக்தர்கள் விருப்பு-வெறுப்பு, சுகம்-துக்கம், செல்வம் உள்ளவன்- செல்வம் இல்லாதவன் என்ற வேறுபாடுகளற்று எல்லாவற்றையும் சமமாகப் பார்க்கிறார்கள்.

"செல்வம் அற்றவனாக இருப்பினும் எப்பொழுதும் திருப்தியாக இருப்பான். துணையில்லாதவனாக இருந்தாலும் மிகவும் பலம் பொருந்தியவன். போகங்கள் அனுபவிக்காதவனாயினும் எப்பொழுதும் திருப்தி அடைந்தவன். ஒப்பற்றவனாயினும் எல்லாவற்றையும் சமமாகப் பார்ப்பவன் ஞானி". (544)

49ஆம் பாடலில் குருவிடம் கேள்வி கேட்ட சீடன் குருவின் உபதேசத்தால் ஏற்பட்ட தெளிவைக் கூறுகிறார்:-

"குருவே, இந்த நீண்டகனவு போன்ற உலகில் மாயையால் தோற்றுவிக்கப்பட்ட பிறப்பு-மூப்பு-இறப்பு முதலியவை நிறைந்த காட்டில் வழி தெரியாமல் சுற்றி வருபவனும் நாள்தோறும் பலவிதமான துக்கங்களால் வருந்துபவனும் அகங்காரம் என்னும் புலியால் துன்புறுத்தப்படுபவனும் ஆகிய இந்த என்னை அளவற்ற கருணையால் விழிப்படையச்செய்து மிகச் சிறந்த முறையில் காத்தருளி இருக்கிறீர்கள்". (519)

இறுதியில் நூலின் நோக்கத்தை ஆதிசங்கரர் கூறியுள்ளார்:-

"இவ்வாறு குருவுக்கும், சீடனுக்கும் நடந்த உரையாடலால் ஆத்ம லட்சணம், மோட்சத்தில் விருப்பமுள்ளவர்களுக்காக எளிதில் ஞான விழிப்பு ஏற்படுவதற்காக விளக்கப்பட்டது". (579)

மோட்சத்தை விரும்புகிற முக்தனுக்கு வழிகாட்டுவதற்கு இந்நூல் எழுதப்பட்டதாக ஆதிசங்கரர் முடிக்கிறார்.

அத்வைத பஞ்சரத்னம்

"**அத்வைத பஞ்சரத்னம்**" என்ற நூலில் ஐந்து பாடல்களில் அத்வைத சித்தாந்தம் மிகச்சுருக்கமாகக் கூறப்பட்டுள்ளது. ஆத்மாவிற்கு ஜீவபாவம் எவ்வாறு ஏற்படுகிறது. அது நீங்கும் வழியையும் உடல் என்பது தானல்ல ஆத்மா என்பதே தான் என்ற அறிவையும் மாயையாகத் தோன்றும் பிரபஞ்சம் பொய்

என்பதையும் விளக்கிக் காட்டுகிறது. ஐந்து பாடல்களில் அத்வைதத்தை விளக்கியதால் இந்நூல் **"அத்வைத பஞ்சரத்னம்"** என்று பெயர் பெற்றுள்ளது. உடலையே ஆத்மாவாக எண்ணிக் கொண்டு, அதுவே தானாக நினைத்துச் செயற்படுகிற வியவகார உலக சஞ்சாரம் விபரீத ஞானத்தால் ஏற்பட்டது. ஆத்மாவே நான் என்கிற அத்வைத ஞானம் பெறுவதற்கு அடிப்படையாக முதல் பாடல் விளங்குகிறது.

"தேகம், இந்திரியங்கள், மனம், அகங்காரம் ஆகியவை நான் அல்ல. மனைவி, பிள்ளை, இடம், பணம் முதலியவற்றில் இருந்து வெகுதூரத்தில் இருப்பவன். நான் நேரில் அறிபவன், அழிவு அற்றவன் உள்ளே விளங்கும் ஆத்மவஸ்து சிவமான பிரமம்". (1)

இருள் சூழந்த வெளியில் கயிறு பாம்பாகக் காட்சியளிக்கிறது, அருகில் உள்ள நண்பன் இது பாம்பல்ல, கயிறுதான் என்று தெளிவுபடுத்திய பின்பே தெளிவு ஏற்படுகிறது. அதுபோல உடலே தான் என்று நினைத்துக் கொண்டிருந்ததைக் குருவின் உபதேசத்தால், தான் உடலல்ல, ஆத்மாவே என்ற தெளிவு பிறக்க வைக்கிறது.

"இது கயிறு என்று தெரிந்து கொள்ளாததால் எவ்வாறு கயிற்றில் பாம்பு தோன்றுகிறதோ அதுபோலவே தன் ஆத்மஸ்வரூபத்தைத் தெரிந்து கொள்ளாததால் ஆத்மாவுக்கு ஜீவத்தன்மை ஏற்பட்டுள்ளது. நண்பனின் வார்த்தையால் பாம்பு என்ற பிரமை நீங்கியதும் அது கயிறாகத் தோன்றுகிறது அதுபோல, குருவின் உபதேசத்தால் நான் ஜீவன் அல்ல, அத்வைதமான சிவம் என்பதை அறிந்து கொண்டேன்"

(2)

தூங்குகின்ற போது ஏற்படும் கனவில் பல பொருட்களைப் படைக்கிறோம். தூக்கம் கலைந்தபின் அந்தப் பொருட்கள் உண்மையல்ல என்பதை அறிந்து கொள்கிறோம். அதேபோல நனவும் (பிரபஞ்சமும்) அறியாமையால் உண்மை போல் தோன்றுகிறது. அப்பிரபஞ்சத்தின் தோற்றம் மாயை என்ற அறிவு பெற்றவுடன் தான் பரிசுத்தமான, அழிவற்ற பிரம்மம் என்ற ஞானம் பெறப்படுகிறது.

"தூக்கம் என்ற மயக்கத்தால் கனவில் பொருட்கள் தோன்றுவதுபோல, சச்சிதானந்த சொரூபமான ஆத்மாவில் அஞ்ஞானத்தால் பொய்யான இந்தப் பிரபஞ்சம் தோன்றுகிறது. அந்த பிரபஞ்சம் உண்மையல்ல. நான் பரிசுத்தமானதும் எங்கும் நிறைந்ததும், அழிவற்றதும், ஒன்றானதுமான பிரம்மம்". (3)

பிறப்பு, வளர்ப்பு, இறப்பு என்கிற போக்குகள் உடலுக்கானவை, ஆத்மாவிற்கு இவை கிடையாது. அது அழிவற்றது.

"நான் பிறந்தவன் அல்ல, வளர்ந்தவன் அல்ல, அழிந்தவன் அல்ல, மாயையால் ஏற்பட்ட எல்லா தர்மங்களும் தேகத்தினுடையவை என்றே சொல்லப்பட்டிருக்கின்றன. காரியங்கள் செய்வது அந்தக்கரணத்தினுடையதுதான். ஞானஸ்வரூபமான, ஆத்மாவாக இருக்கும் எனக்கு இவை இல்லை. நான் பிரம்மம்". (4)

ஒன்றேயான பிரம்மத்தைத் தவிர வேறொன்றும் இல்லை. பலவித வேறுபாடுகளைக் கொண்ட இந்தப் பிரபஞ்சம் பிரம்மத்தில் மாயையால் தோன்றியது. காண்ணாடியில் காணப்படும் பொருளின் பிரதிபலிப்பு உண்மையல்ல. அதேபோல் பிரபஞ்சமும் உண்மையும் பொய்யும் அல்லாத தோற்றம் மட்டுமே, உண்மையல்ல. பிரம்மத்தைத் தவிர வேறான ஒன்று அத்வைத பாவனையில் இல்லாதபடியால், இருப்பது பிரம்மமான **"தான்"** *மட்டுமே என்ற நிலை, அத்வைத சித்தாந்தத்தால் நிலைநிறுத்தப்படுகிறது.*

"இங்கு, என்னைக்காட்டிலும் வேறான, உண்மையான பிரபஞ்சம் ஒன்றும் இல்லை. மாயையால் ஏற்பட்டுள்ள வெளிப்பொருள், அத்வைதமான என்னிடம் கண்ணாடிக்குள் தோன்றும் பொருளுக்குச் சமமாக விளங்குகிறது. ஆகையால் நான் பிரம்மம்". (5)

அத்வைதானுபூதி

"அத்வைதானுபூதி" *என்ற இந்தப் பிரகரணம் 84 பாடல்களைக் கொண்டுள்ளது. இதில் பெரும்பாலான பாடல்கள் அத்வைத சித்தாதந்தத்தை உத்தியினால் அறிந்து கொள்வதற்கு உதவுகின்றன.*

பிரம்மம் ஒன்றானால், உலகில் எவ்வாறு பல ஜீவாத்மாவாகத் தெரிகிறது என்ற சந்தேகத்திற்கு விடை உலகில் கண்ட அனுபவத்தை உத்தியாகக் கொண்டு விளக்கப்படுகிறது.

"சந்திரன் ஒன்றாக இருந்தபோதிலும், கண்ணில் உள்ள நோயால் எவ்விதம் இரண்டாகத் தோன்றுகிறதோ, அவ்விதமே ஆத்மாவானது ஒன்றாக இருப்பினும் அஞ்ஞானத்தால் பொய்யாக இரண்டாக - பலவாக - தோன்றுகிறது". (2)

அடுத்து ஒரு பெரிய பிரச்சினை எழுகிறது, ஒரே பிரம்மம் அறியாமையால் பலவாகத் தோன்றுகிறது சரி, ஆனால் பிரபஞ்சம் பிரம்மத்தில் இருந்து எவ்வாறு தோன்ற முடியும். பிரபஞ்சம் தனியானது தானா? என்ற சந்தேகம் எழுப்பப்படுகிறது. அதற்கு அத்வைதம் கொடுக்கிற பதில், மேகத்தின் சேர்க்கையால் தண்ணீரே ஆலங்கட்டியாகத் தோன்றுகிறது, அவ்வாறு தோன்றியது அழியும் நேரத்தில் தண்ணீருக்கு எந்த அழிவும் ஏற்படவில்லை.

கயிறு, பாம்பு உதாரணத்தில் இது மேலும் தெளிவாகிறது. பாம்பு என்ற தோற்றம் உருவானதாலும், அது பாம்பல்ல என்ற தெளிவு ஏற்பட்டதாலும் கயிறுக்கு எந்த பங்கமும் இல்லை. அதே போல் பிரம்மத்தில் இருந்து மாயையினால் ஏற்பட்ட பிரபஞ்சம் தோற்றம் பெற்றாலும் அத்வைத ஞானத்தால் தெளிவு பெற்று பிரபஞ்சம் மறைந்தாலும் பிரம்மத்திற்கு எந்த பங்கமும் இல்லை என்பதே அத்வைத சித்தாந்தத்தின் கருத்து.

**"எவ்விதம் தண்ணீரே மேகத்தின் சேர்க்கையினால்
ஆலங்கட்டிபோன்று தோன்றுகிறதோ அதன் அழிவினால்
தண்ணீருக்கு அழிவு இல்லையோ, அவ்விதமே இந்த ஆத்மாவே
மாயையின் தொடர்பினால் உலகம் போன்று தோன்றுகிறது.
அத்தகைய உலகத்தின் அழிவினால், தன் ஆத்மாவிற்கு
அழிவானது ஒருபொழுதும் உண்டாகாது".** (12-13)

கனவுகாணும்போது ஏற்படுகிற சுக துக்கங்கள் நனவுநிலையில் உள்ள உடலுக்குப் பொருந்தாததைப் போன்றே நனவு நிலையிலுள்ள உடலுக்கு ஏற்படும் சுகதுக்கங்கள் ஆத்மாவைச் சேருவதில்லை. இதனைத் தெளிவாகப் புரிந்தவன் கனவின் போது காணப்பட்ட உடலை விடுத்து நனவு நிலையான உடலை விரும்புவதைப்போல் அத்வைத நிலையை அடைந்தவன் நனவு

நிலையிலுள்ள உடலையும் பொய் என்பதை அறிந்து இந்த உடலையும் விடுத்து ஆத்மாவையே அடைகிறான்.

"எவ்விதம் கனவு உடலில் உண்டான சுகதுக்கங்கள், நனவு நினையிலுள்ள உடலை சாருவதில்லையோ, அவ்விதம் நனவு நிலையிலுள்ள உடலில் ஏற்பட்ட சுகதுக்கங்கள் ஆத்மாவைச் சாருவதில்லை". (44)

"எவ்விதம் இந்த ஜீவன், கனவில் உண்டான உடலை விட்டுவிட்டு, நனவு நிலையிலுள்ள உடலை விரும்புகின்றானோ, அவ்விதம் நனவு நிலையிலுள்ள உடலைப் பொய் என்று அறிந்த இவன் நனவு உடலைவிட்டு ஆத்மாவை விரும்புகிறான்". (47)

ஜீவனும் பிரம்மமும் ஒன்று என்கிற ஜீவ-பிரம்ம ஐக்கியத்தை இறுதியில் ஆதிசங்கரர் தெளிவுபடுத்துகிறார். ஞானியானவன் ஜீவனுக்கும் பிரம்மத்திற்கும் வேறுபாட்டைக் காணமாட்டான். அவ்வாறு காண்பவன் ஆத்மஞானி அல்ல. ஜீவ-பிரம்ம ஐக்கியத்தை உணர்ந்தவனே ஞானி ஆவான்.

"ஜீவன் எப்பொழுதும் பரமாத்மாவே. பரமாத்மா எப்பொழுதும் ஜீவனே. எவன் இந்த ஜீவாத்மா, பரமாத்மா ஆகிய இருவருக்கும் வேறுபடாததை அறிகிறானோ அவன் ஆத்மாவை அறிந்தவன். மற்றவன் ஆத்ம ஞானியாகமாட்டான்". (74)

தத்துவோபதேசம்

"தத்துவோபதேசம்" *என்ற பிரகரணம் 87 பாடல்களைக் கொண்ட நூலாகும். இதில் உபநிடதங்களில் காணப்படும் மகாவாக்கியங்களுக்கு ஆதிசங்கரர் விளக்கத்தை அளிக்கிறார். பிறவித்துயரில் அகப்பட்டு சம்சார சாகரத்தில் அல்லல்பட்டவர், மனிதப்பிறவி எடுத்து நல்வழியில் நம்பிக்கை ஏற்பட்டு நல்ல காரியங்களைச் செய்து கொண்டு வர்ணத்திற்கும் ஆசிரமத்திற்கும் உட்பட்டு சாஸ்திர விதிகளைக் கடைப்பிடிப்பவராய், அடுத்து சத்குருவை அடைந்து சந்யாசம் பெற்று விவேகம், வைராக்கியம் முதலான சாதனங்களின் துணையோடு பிரம்ம தியானம் செய்த ஆத்மானுபவம் பெறுவதை, சம்சாரியான ஜீவன் அத்வைத நிலையை அடைந்தது பற்றிய வரிசையை நான்கு பாடல்களில் ஆதிசங்கரர் தொகுத்துத் தருகிறார்.*

"துன்பங்களைத் தருகின்ற பல பிறவிகளில் உழன்று அதிஷ்டவசமாக நல்வழியில், நம்பிக்கை ஏற்பட்டவனாய் நல்ல காரியங்களைச் செய்துகொண்டு தன் வர்ணத்திற்கும் ஆசிரமத்திற்கும் ஏற்பட்ட ஆசாரங்களிலேயே ஈடுபட்டவனாய் புண்யங்களால் மிகுந்த சிறப்பைப் பெற்று ஈசுவரனுடைய அருளால் பிரம்மத்தை அறிந்த குருசிரேஷ்டரை அடைந்து, சாஸ்திரமுறைப்படி, சந்யாசம் செய்துகொண்டு விவேகம் முதலியவற்றுடன் கூடியவனாகவும் சிறந்த புத்தியுள்ளவனாகவும் மிகவும் வைராக்கியத்திலும் பயிற்சியாலும் இப்பொழுது பிரம்மோபதேசம் பெற்று அதில் பண்டிதனாகவும் மேதாவியாகவும் உக்தியால், பொருளை விசாரித்துக்கொண்டு தியானத்துடன் கூடியவனாய் நீ மேலான நிலையை அடைந்துவிட்டாய்". (74-77)

ஞானம் பெற்ற பின்பும் மீதமுள்ள ஆயுள்வரை உபநிடதத்தையும், குருவையும், ஈசுவரனையும் வணங்க வேண்டும். மேலும் அத்வைதத்தை மனோபாவனையில் எப்பொழுதும் கடைப்பிடிக்கலாம், செய்கையில் அத்வைதத்தை ஓர் இடத்திலும் செய்யக்கூடாது, சத்குருவிடத்திலும் அத்வைத பாவனை செய்யக்கூடாது என்று ஆதிசங்கரர் தெளிவாகக் கூறுகிறார்.

"உன்னால் ஆயுள் உள்ளவரை மனத்தினாலும், செய்கையாலும், வாக்காலும் உபநிடதமும், குருவும், ஈசுவரனும் வணங்கத்தக்கவர். இந்தத் தீர்மானம் வேதம்தான். மனோபாவனையில் அத்வைதத்தை எப்பொழுதும் செய்யலாம். ஓர் இடத்திலும் செய்கையில் அத்வைதத்தைச் செய்யக்கூடாது. மூவுலகங்களிலும் அத்வைத பாவனை செய்யலாம். குருவோடுகூட அத்வைத பாவனை செய்யக்கூடாது". (86-87)

ஸ்ரீ குர்யஷ்டகம்

"ஸ்ரீ குர்யஷ்டகம்" என்ற இந்தச் சிறிய பிரகரணம். இதில் கூறப்பட்டிருக்கிறது. வாழ்க்கையில் பற்பல உயர்ந்த நிலைகளை அடைந்ததால் உயர்ந்த பிறவியை அடைந்ததாக கருதமுடியாது. அடுத்த பிறவியில் கீழான நிலையை அடைவதற்கு வாய்ப்பிருக்கிறது. இப்படி மேலும் கீழும் அடைகிற வாழ்க்கையில் இருந்து விடுபடுவதற்கு சத்குருவை நாடவேண்டும்.

மனைவி, பணம், பிள்ளை, பேரன், வீடு, உறவினர்கள் இவை

எல்லாம் வந்துவிட்டன. குருவின் சரணாரவிந்தத்தில் மனம் ஈடுபடாமல் போனால் என்ன பயன்? என்று முதல்பாடல் கேள்வி எழுப்புகிறது. இதே போன்றே மற்ற பாடல்களும் தொடர்கின்றன.

வெளிநாடுகளில் வணங்கத்தக்கவனாக இருக்கிறான், தன் நாட்டிலும் பாக்கியசாலியாக இருக்கிறான். நல்ல ஆசாரம், சுபாவம், மற்றொருவனைவிடச் சிறந்தவன், செய்கின்ற தானத்தால் உலகம் முழுவதும் புகழ்மிக்கவனாய் இருக்கிறான், இப்படி இருந்தும் குருவிடம் மனம் செல்லவில்லையாயின் என்ன பயன்?.

பலனை எதிர்பாராமல் செய்கின்ற செயலையும் ஆதிசங்கரர் குறிப்பிட்டுக்காட்டுகிறார்.

விஷய சுகத்தில் மனம் ஈடுபடவில்லை. யோகத்தில், செல்வங்களில் மனம் செல்லவில்லை. மனமானது காட்டிலும், வீட்டிலும், தன்னிடத்திலும், காரியத்திலும், உடலிலும், விலை உயர்ந்த பொருளிலும் இல்லை என்றாலும் குருவிடம் மனம் செல்லவில்லை என்றால் என்ன பயன்.

இவற்றால் பயனில்லை என்பதை அறிந்து, குருவினிடம் உபதேசம் பெற்று பிரம்மம் என்ற நிலையை அடைய வேண்டும் அதாவது அறிய வேண்டும் என்பதாக இந்தப் பிரகரணம் முடிவடைகிறது.

இதுபோன்றே மற்றொரு பாடலையும் ஆதிசங்கரர் பாடியிருகிறார். **"அநாத்ம ஸ்ரீ விகர்கணம்"** என்ற பிரகரணத்தில் 18 பாடல்கள் காணப்படுகின்றன. அரசர்களால் வெகுமானிக்கத்தகுந்த வித்தை சம்பாதிக்கப்பட்டு விட்டது, பிரபுத்தன்மையுடன்கூடிய சிறப்புற்ற செல்வம் அடையப்பட்டுவிட்டது, கங்கை முதலான புண்ய தீர்த்தத்தில் நீராடிவிட்டது, கோடிக்கணக்கான மந்திரங்கள் ஜபிக்கப்பட்டுவிட்டன, போரில் எதிரியை வெற்றி கொள்ளப்பட்டுவிட்டது, பூமியில் அரசர்களுக்கு அரசராயிருக்கும் தன்மை அடையப்பட்டுவிட்டது அதனால் என்ன? என்ற கேள்வி எழுப்பப்பட்டு, ஆத்மானுபவம் பெற்றிருக்கவில்லை என்றால் என்ன பயன் என்று ஒவ்வொரு பாடலிலும் கேட்கப்பட்டுள்ளது.

இந்த ஆத்மானுவத்தைப் பெறுவதற்கான தகுதியைக்கூறி இந்தப் பிரகரணம் முடிவடைகிறது.

"எவனுடைய இதயத்தில் இந்த ஆத்மாவைத்தவிர வேறான செல்வத்தைப் பற்றிய நிந்தை நன்றாக எப்பொழுதும்

உதித்துக்கொண்டே இருக்குமோ, அவன்தான் ஆத்மாவை அனுபவிக்க தகுதியுள்ளவன்".

தன்யாஷ்டகம்

"தன்யாஷ்டகம்" என்கிற பிரகரணம் 8 பாடல்களைக் கொண்டது. **"ஸ்ரீ குர்யஷ்டகம்"** என்ற பிரகரணத்தில் உலக வாழ்க்கையில் உயர்ந்த நிலைகளை அடைந்தாலும் ஆத்ம அனுபவம் பெறவில்லை என்றால் எந்தப் பயனும் இல்லை என்று கூறப்பட்டது. இந்தப் பிரகரணத்தில் யார் பாக்கியசாலி என்பதை ஆதிசங்கரர் எடுத்துக் காட்டுகிறார்.

உலகில் புதுப்புது விஷயங்கள் கண்டுபிடிக்கப்படுகின்றன. இந்த அறிவு நமது புலன்களுக்கு இன்பத்தைத் தருகிறது. மென்மேலும் அறிவதற்கான விருப்பம் தொடர்கிறது. இப்படிப்பட்ட அறிவு ஒரு முடிவுக்கு வருவதில்லை. அதனால் நிலையான பயனை இது தருவதில்லை. உபநிடதங்களில் இறுதி உண்மையாகக் கூறப்பட்ட பிரம்ம நிலையை அறியவேண்டும். அவ்வாறு அறிபவர்களே பாக்கியசாலிகள். மற்றவர்கள் பைத்தியத்தைப் போல் மயக்கத்தைத் தரும் உலகில் உழலுபவர்கள் என்கிறார் ஆதிசங்கரர்.

"எது புலன்களுக்கு அடக்கத்தைக் கொடுக்கிறதோ அது அறிவு. எது உபநிடதங்களில் தீர்மானிக்கப்பட்ட பொருளோ அது அறியத்தக்கது. பூமியில் எவரெல்லாம் உண்மைப்பொருளில் உறுதியான முயற்சி உள்ளவர்களோ அவர்கள் பாக்கியசாலிகள். மற்றவர்களோ எனில் இடத்தில் சுற்றிச்சுற்றி வருகின்றனர்".

(1)

புலன் இன்ப நாட்டத்தை விடவேண்டுமாயின் முதலில் வீட்டின் மீதான ஆசையை விடவேண்டும். மனைவி, மக்கள், உறவினர்கள் ஆகியோருக்குத் தேவைப்படுகிறதை அடைவதிலேயே காலம் முழுதும் கழிகிறது. இருந்தும் முழுமையை அதாவது திருப்தியை அடைய முடியவில்லை. அதனால்தான் இதற்கு சம்சார பந்தம் என்ற பெயரிடப்பட்டது. இது தீரா பந்தம் ஆகும். இதில் இருந்து விடுபடுவதற்கு முதலில் வீட்டில் இருந்து வெளியேற வேண்டும். இதற்கு வெளிவிஷயங்களில் அதாவது உலகில் காணப்படும் பொருட்களின் மீதான ஈடுபாட்டைத் தவிர்க்கிற வைராக்கியத்தை ஏற்படுத்திக் கொள்ளவேண்டும். பிறகு உபநிடதம் கூறுகிற பிரம்மநிலை தானே என்பதை அறிந்து ஐக்கியமாக வேண்டும். இந்த நிலையை அடைந்தவர்களே பாக்கியசாலிகள். இந்த

பாக்கியசாலிகளின் நிலையை அடைவதற்கு மனைவியிடம் பற்று, குழந்தைகளிடம் பற்று, பணத்திடம் பற்று ஆகியவற்றை விடவேண்டும்.

"தாழ்ந்த நிலையை அடைவதற்குக் காரணமாக உள்ள வீட்டில் ஆசையை விட்டுவிட்டு, ஆத்ம ஸ்வரூபத்தை அறிவதின் ஆசையால், உபநிடதங்களில் கூறப்பட்ட பொருளின் ரசத்தை பானம் செய்துகொண்டு, வெளிப்பொருட்களை அனுபவிக்கும் நிலையில் ஆசை நீங்கியவர்களாய், வைராக்கியம் உள்ளவர்களான பாக்கியசாலிகள், மக்கள் நடமாட்டம் இல்லாத இடங்களில் பற்றற்றவர்களாய் சஞ்சாரம் செய்கின்றனர்". (3)

"மனைவியிடம் பற்று, மக்களிடம் பற்று, பணத்தில் பற்று ஆகிய மூன்றையும் விட்டு மோட்சம் அடையும் வழியைக்கண்டு, பிட்சை எடுப்பதில் கிடைக்கும் அதிருதத்திற்கு ஒப்பான உணவால் உடலைப் பேணுபவர்களாய், பாக்கியசாலிகளான பிராமணர்கள் ரகசியத்தில், இதயத்தில் சிறந்தவற்றைக்காட்டிலும் மிகச்சிறந்ததான பரமாத்மா என்று பெயருள்ள பிரகாசத்தை பார்க்கிறார்கள்". (5)

இறப்பு, பிறப்பு, மூப்பு என்ற அழிவை மீண்டும் மீண்டும் தோற்றுவிக்கின்ற சாரமற்ற சம்சார வாழ்க்கை அஞ்ஞானம் என்ற சேற்றில் ஆழ்த்துகிறது. இதனை அறிந்த பாக்கியசாலிகள் ஞானம் என்கிற கத்தியால் சம்சாரத்தைச் சிதறடித்து, பிரம்மமே நிலையானது என்று தீர்மானிக்க வேண்டும்.

"அஞ்ஞானம் என்ற சேற்றில் அமிழ்ந்தியதும், சாரமற்றதும், இறப்பு, பிறப்பு, மூப்பு இவைகளுடன் கூடியதும், அழியக்கூடியதுமான சம்சாரமென்ற பந்தத்தை நன்கு அறிந்து, பாக்கியசாலிகள், ஞானம் என்ற கத்தியால் அதைச் சிதற அடித்து, பிரம்மத்தைத் தீர்மானிக்கிறார்கள்". (7)

நிர்வாண மஞ்ஜரீ

அத்வைதத்தை சுருக்கமாகவும் சிறப்பாகவும் விளக்குகிற **"நிர்வாண மஞ்ஜரீ"** என்ற பிரகரணம் 12 பாடல்களைக் கொண்டுள்ளது. நித்திய வஸ்து எதுவென்று அறிந்து ஆத்மா எதுவென்று அறிந்து சம்சார பந்தம் சாரமற்றது என்ற வைராக்கியம் பெற்று, அறியாமையில் இருந்து முழுமையாக வெளிப்பட்டவரின்

நிலையைப் பற்றி இப்பாடல்களில் ஆதிசங்கரர் எடுத்துரைக்கிறார்.

உடலுக்கு உரியதான பாலகன், இளைஞன், முதியவன் என்கிற வேறுபாடற்றவன், வர்ணாசிரம வேறுபாடற்றவன், நான்கு ஆசிரமங்கள் அற்றவன், அனைத்துக் காரியங்களையும் நிறுத்திய சந்யாசியும் அல்லன், உண்மையில் பிரபஞ்சத்தின் தோற்றத்திற்கும் அழிவிற்கும் ஒரே காரணமாயிருக்கிற பிரம்மனே. அத்வைத சித்தாந்த ஞானத்தின் இறுதியில் எப்படிப்பட்ட நிலையில், எதை அறிந்த நிலையில் இருக்குமோ அதனை இப்பாடல்கள் காட்டுகின்றன.

"நான், பாலனும், இளையவனும், கிழவனும் இல்லவேயில்லை,
வர்ணங்களில் சேர்ந்தவனும் இல்லை, பிரம்மச்சாரியும்,
கிரகஸ்தனும், வானப்பிரஸ்தனும், சந்யாசியும் இல்லை.
பிரபஞ்சத்தின் உற்பத்திக்கும் நாசத்திற்கும் ஒரே
காரணமாயிருக்கிற மங்களரூபியான பரப்பிரம்மமே நான்". (2)

ஆகாயம் போல் வியாபித்ததும், உருவமற்றதாயும், ஆதி-அந்தம் அற்றதாயும் உள்ளது எதுவோ அது உள்ளேயே அனுபவிக்கத்தக்கதாய் இருக்கிறது. அந்த உள்ளே இருப்பதே **"நான்"** என்கிற அத்வைத பாவனை என்பதை இப்பாடலில் ஆதி சங்கரர் கூறுகிறார்.

"எது ஆகாசம்போல், எல்லாவற்றிலும் வியாபித்துக் கொண்டு,
அடங்கின சொரூபமுள்ளதாய், மேலான ஜோதியாய்,
உருவமற்றதாய் சிலாகிக்கத்தக்கதாய் இருக்கிறதோ, ஆதியும்
அந்தமும் அற்றதாய், அத்கிருஷ்டமாய், சேமத்தைக்
கொடுக்கக்கூடிய நன்கு அனுபவிக்கத்தக்கதோ,
அதுவாகவே நான் இருக்கிறேன்". (12)

வெளி விஷயங்களில் கிடைக்கின்ற இன்பம் துன்பம் ஆகியவை மாயையின் விளையாட்டே என்பதை அறிந்து அதில் இருந்து விடுபட்டவன். பிரபஞ்சத்தை தோற்றுவிப்பவனும் அழிப்பவனும் ஆகிறான், அவன் இயல்பிலேயே சத்-சித்- ஆனந்தமயமானவன் ஆவான் என்கிறது அத்வைதம்.

ஸ்வாத்ம நிரூபணம்

"ஸ்வாத்ம நிரூபணம்" இந்தப் பிரகரணம் 154 பாடல்களைக் கொண்டுள்ளது. 99 பாடல்களில் குருவின் உபதேசமும் 47

பாடல்களில் சீடனின் அனுபவமும் இடம் பெற்றுள்ளன. இதில் பேசப்படுகின்ற கருத்துக்களை உட்தலைப்புகளைக் கொண்டு அறியலாம்.

ஆத்மஸ்வரூபம், மகாவாக்யார்த்த விசாரம், குரு கிருபை, வேதமே பரம பிரமாணம், அத்வைதமே வேத பிரதிபாத்யம், ஜீவத்தன்மை ஸ்வாபாவிகமல்ல, பிரம்மபாவம் நித்யசித்தம், வேதத்தல் அத்வைதவாக்யமே பிரானம், ஞானகர்ம சமுச்சய கண்டனம், பிரபஞ்சம் பொய், நான் என்பது ஆத்மா, உபாதியால் வெவ்வேறு அனுபவம், ஜீவன்முக்திநிலை, சத்குரு மகிமை, விதேகமுக்தி போன்றவற்றை **"ஸ்வாத்ம நிரூபணம்"** என்கிற பிரகரணத்தில் ஆதிசங்கரர் விவரிக்கிறார்.

சதாசாரானுசந்தானம்

"சதாசாரானுசந்தானம்" இதில் 55 பாடல்கள் காணப்படுகின்றன. அத்வைத பாவனையில் காணப்படும் முக்கியமான ஒன்றை ஆதி சங்கரர் ஒருபாடலில் கூறுகிறார். சென்றதை நினைவில் கொள்ளத் தேவையில்லை, வரப்போவதையும் ஆராயத் தேவையில்லை, தற்பொழுது என்ன நிகழ்ந்து கொண்டிருக்கிறதோ அது பிராப்த கர்மவசத்தால் வந்தது என்கிறார் ஆதிசங்கரர். நல்லதோ, கெட்டதோ கிடைப்பதை விருப்போ, வெறுப்போ இல்லாமல் அனுபவிக்க வேண்டும் என்கிறார் ஆதிசங்கரர்.

இதுவே அத்வைதத்தின் இகவுலகம் பற்றிய சிந்தனை. அகவுலகச் சிந்தனையில் நல்லது, கெட்டது கிடையாது. அதனால் இகவுலகில் கூறியதைக் கடைப்பிடித்து சித்தசுத்தி (மனத்தெளிவு) பெற்று ஞான நிலை அடைந்து ஜீவ-பிரம்ம ஐக்கியத்துக்கு அத்வைதம் வழிகாட்டுகிறது.

> **"சென்றதோ, இன்னும் வராமல் இருப்பதோ, எதையும் நான் ஞாபகப்படுத்திக் கொள்ளவதில்லை, ஆலோசித்துப் பார்ப்பதில்லை. இப்பொழுது (நிகழ் காலத்தில்) (பிராப்த கர்ம வசத்தினால்) கிடைக்கும், நல்லதையும் கெட்டதையும், விருப்போ, வெறுப்போ இல்லாமல் அனுபவிக்கிறேன்".** (15)

நிர்குண மானச பூஜா

"நிர்குண மானச பூஜா" என்ற பிரகரணம் முப்பத்தி மூன்று பாடல்களைக் கொண்டுள்ளது. இதில் ஒருபாடல்

வணங்கத்தக்கவனும் வணக்கத்துக்கு உரியவனும் **"நான்தான்"** என்ற அத்வைத நிலையை எடுத்துக்காட்டுகிறது.

"நான்தான் ஜகத் முழுமைக்கும் வணக்கம் செய்யப்பட வேண்டியவனாக இருக்கிறேன். என்னைத்தவிர வேறுயாரும் வணக்கம் செய்யப்பட வேண்டியவனாக இல்லை என்று ஆலோசிப்பதுதான் இங்கு தன்னுடைய ஆத்மாவாகிற லிங்கத்திற்கு வணக்கமாகும்". (27)

லகுவாக்கிய விருத்தி

"லகுவாக்கிய விருத்தி" என்கிற இந்தப் பிரகரணம் 18 பாடல்களைக் கொண்டது. இதில் உபநிடத மகாவாக்கியத்தில் நம்பிக்கை கொண்டு, அதில் கூறப்பட்ட பிரம்ம நிலையை, அதாவது "பரமாத்மாவே நான்" என்பதையே நினைத்து மற்றவற்றை மறந்து தியானிப்பதில் பயிற்சி பெறுவது பற்றிக் கூறப்பட்டுள்ளது.

"சிரத்தையோடு கூடினவர், தன்னுடைய பிரம்மமாயிருக்கும் தன்மையைப் பற்றிப் புத்தியின் விருத்திகளின் உதவியினாலும் மகாவாக்கியங்களின் தாத்பர்யத்தை அனுசரித்தும் சக்திக்கு தகுந்தபடி சிந்திக்க வேண்டும், அறிந்து கொண்டு நன்றாக எப்பொழுதும் அப்யாசம் (பயிற்சி) செய்ய வேண்டும். அதையே நினைப்பது, அதையே சொல்வது, ஒருவருக்கொருவர் அதையே நன்கு அறிவிப்பது, இது ஒன்றிலேயே ஈடுபட்டிருப்பது, ஆக இவையெல்லாம், பிரம்ம விஷயமான பயிற்சி என்று அறிவாளிகள் அறிந்திருக்கிறார்கள்". (16-17)

சத சுலோகீ

"சத சுலோகீ" என்ற பிரகரணங்களில் பெயருக்கு ஏற்ப நூறு பாடல்களைக் கொண்டுள்ளது. கூடுதலாக நூற்றொன்றாவது ஒரு பாடல் இருக்கிறது அதில் பரம சித்தாந்தம் கூறப்பட்டுள்ளது. அத்தைவதத்தை நேரடியாக அறிவதற்கு இந்நூலையும் முழுமையாகப் படிக்க வேண்டும்.

அன்பு செலுத்தப்பட வேண்டிய இடத்தைச் சுட்டிக்காட்டுகிறது இந்தப் பாடல்.

"எதனிடத்தில் அன்புயிருப்பதினால் உடல்பார்வை-புத்திரன்-சொத்து முதலியவை விஷயமாக இருக்கின்றனவோ, அந்த

ஆத்மாவானது அவைகளைவிட அதிகப் பிரியமான பொருள் மேலும் ஆத்மாவைத் தவிர அது வேறாயுள்ளது. சோகத்திற்கே காரணம், ஆகையால் வேறாயுள்ள இது பிரியமானதாக எப்படி இருக்க முடியும்? பிழைத்திருக்க விரும்புபவை-முதலானவைகளை கொடுத்துவிடுகிறான் (தியாகம் செய்துவிடுகிறான்) தன்னுடைய ஆத்மாவின் சேமத்தை விரும்புகிறவன் உடலைக்கூட (தியாகம் செய்துவிடுகிறான்), ஆகையால் அறிவுள்ளவன் ஆத்மாவை தான் மேலான பிரியமான பொருளாக வழிபட வேண்டும். வேறு எதையும் வழிபடக்கக்கூடாது". (9)

உடல், புத்திரன், சொத்து போன்றவை ஆத்மாவைவிட வேறானவை. அதனால் அன்பு செலுத்த வேண்டியது ஆத்மாவையே என்பதை மேலே உள்ள பாடல் கூறுகிறது. இதனை மேலும் வலியுறுத்துகிறது அடுத்த பாடல்.

"எந்த பொருளிலிருந்து எதுவரை சுகமானது இங்கே ஏற்படுமோ, இதில் அதுவரைப் பிரியமாயிருக்கும் தன்மையும் எதிலிருந்து எதுவரை துக்கம் ஏற்படுகிறதோ அதில் அதுவரை தான் அப்பிரியமாயிருக்கும் தன்மையும் உண்டென்பது பிரசித்தியமல்லவா? ஒரே பொருளில் எல்லா சமயத்திலும்கூட இரண்டும் (பிரியமாயிருக்கும் தன்மையும் அப்பிரியமாயிருக்கும் தன்மையும்) இருப்பதில்லை. அப்பிரியமாயிருக்கும் பொருள்கூட ஏதோவொரு சமயத்தில் பிரியமாக இருக்கலாம். அதுபோல அப்பிரியமாகவும் ஆகலாம் ஆகையால் ஆத்மாவென்று சொல்லப்படும் பொருள் ஒன்றுதான் மிகவும் பிரியமாயிருக்கும் பொருள்". (10)

சம்சார பந்தத்தில் ஏற்படுகிற சுகம், துக்கம் போன்றவற்றிற்குக் காரணம் சென்ற பிறவியில் செய்த புண்ய-பாப காரியங்களே ஆகும். இதனை அறியாமல் மனிதர்களே காரணம் நினைத்துக் கொண்டு சிலரை நண்பராகவும் சிலரை பகைவர்களாகவும் நினைக்கின்றனர். ஆக அனுபவிக்கும் சுகதுக்கங்களுக்கு அவரவரே காரணமாவர். பிறர்மீது குற்றம் சுமத்தக்கூடாது என்கிறார் ஆதி சங்கரர்.

"உலகத்தில் சுகத்திற்கும் அதிலிருந்து வேறாகிய துக்கத்திற்கும் காரணம் கர்மாதான். இவ்விதமாகத் தெரிந்து கொள்ளாமல் அறிவற்றவன், நண்பன் என்றும், பகைவன் என்றும் வீணாக வியவகாரம் செய்கிறான்". (83)

அபரோட்சானுபூதி

"அபரோட்சானுபூதி" என்ற பிரகரணம் 144பாடல்களைக் கொண்டுள்ளது. சம்சார பந்தத்திலிருந்து விடுபட நினைக்கும் சாதகனுக்கு, அத்வைத சித்தாந்த வழிகாட்டியாக இந்நூல் அமைந்துள்ளது. சம்சாரத்தை விட்டு வெளியேறுவதற்குச் செய்ய வேண்டிய விசாரத்தையும், பயிற்சியையும் இந்நூல் வரிசைப் படுத்தியுள்ளது. இதன் அத்தியாயங்களின் வரிசை அதனையே காட்டுகிறது. அவ்வரிசை இங்கு தரப்படுகிறது.

நான்கு சாதனங்கள், வைராக்கியம், நித்யாநித்ய வஸ்துவிவேகம், சமம், தமம், உபரதி, திதிட்சை, சிரத்தை, சமாதானம், முமுட்சுத்வம், தத்துவ விசாரம், அஞ்ஞான சொரூபம், ஞான சொரூபம், தேகம் ஆத்மாவல்ல, லிங்க உடல் ஆத்மாவல்ல, ஜகத் பிரம்மத்தைத்தவிர வேறல்ல, பிரபஞ்சம் தோற்றமே, ஆத்மா தேகமாகத் தோன்றுவது மோகத்தால், அஞ்ஞாம்தான் மோகத்திற்குக் காரணம், ஞானிக்கு பிராரப்தமும் கிடையாது, பதினைந்து ஞானாங்கள், ஞானநிஷ்டை.

இவைகளை வரிசையாகப் படித்தறிந்தால் அத்வைதத்த சித்தாந்தத்தை வரிசைமுறையில் கற்கலாம்.

உபதேச சாஹரீ

"உபதேச சாஹரீ" இந்தப் பிரகரணம் வசன நடையில் எழுதப்பட்டுள்ளது. **"பிரம்ம சூத்திரத்திற்கு"** விரிவுரை ஆதிசங்கரரால் எழுதப்பட்டுள்ளது. அப்படியிருந்தும் தனியாக ஒரு பிரகரணத்தை அவர் எழுதியிருக்கிறார், அதுவே "உபதேச சாஹரீ" என்ற பெயர் கொண்ட நூலாகும். பிரம்ம சூத்திர நூலின் தொடக்க எழுத்தே இந்நூலின் தொடக்கத்தில் காணப்படுகிறது. நேரடியாக உபநிடதங்களைப் படிக்கும்போது ஏற்படும் சந்தேகங்களை இந்த நூல் அத்வைத சித்தாந்த வழியில் நீக்குகிறது. மற்ற பிரகரணங்களைப் படித்துப் புரிந்து கொண்டவர்கள், இந்நூலைப் படித்துவிட்டு, அடுத்தபடியாக பிரம்ம சூத்திரத்திற்கு ஆதிசங்கரர் எழுதிய விரிவுரையைப் படித்தால் எளிதாக இருக்கும்.

சாதனா பஞ்சகம்

"சாதனா பஞ்சகம்" 5 பாடலைக் கொண்டது இந்தப் பிரகரணம், ஒவ்வொரு பாடலிலும் அத்வைத சாதனைக்கு உரிய எட்டு வழிமுறைகளாக மொத்தம் நாற்பது பட்டியல்

தொகுக்கப்பட்டுள்ளது. அப்பட்டியலில் காணப்படும் நாற்பதில் சிலவற்றை இங்கே தொகுப்போம்.

வேதங்களில் விதிக்கப்பட்ட கர்மங்களை உண்மையுடனும் ஆர்வத்துடனும் செயலாற்றுங்கள். அவற்றை இறைவழிபாடாகக் கருதிச் செய்யுங்கள். புலனின்பப் பொருட்கள் (சம்சாரம்) அனைத்தும் தீரா துன்பத்துடன் பின்னிப்பிணைந்தன என்பதை அறிந்து கொள்ளுங்கள். வீடு என்னும் தளையிலிருந்து விடுபடுங்கள். உபநிதங்களின் மேலான வாக்கியங்களை ஆழ்ந்து சிரவணம் பண்ணுங்கள். முரண்பட்ட விவாதங்களைத் தவிர்த்திடுங்கள். எப்பொழுதும் **"நான் பிரம்மன்"** என்ற பாவனையில் நிலைத்திருங்கள். நான்தான் உடல் என்ற ஏமாற்றம் தருகின்ற தவறான எண்ணத்தைக் கைவிடுங்கள். ஞானிகளுடன் விவாதிக்கும் போக்கினைத் தவிர்த்திடுங்கள். இறைவன் விதிப்படி எது கிடைத்தாலும் அதனை மனத்திருப்தியுடன் ஏற்றுக் கொள்ளுங்கள். வீணான பேச்சுக்களைத் தவிர்த்திடுங்கள். மற்றவர்களின் அன்பு வலைகளிலிருந்து உங்களை பாதுகாத்துக் கொள்ளுங்கள். தனிமையில் மகிழ்ச்சியாக இருங்கள். எல்லைக்குட்பட்ட பிரபஞ்சம் ஆத்மாவின் வெளிப்பாடு என்பதை அறிந்து கொள்ளுங்கள். முற்பிறவியில் செய்த செயல்களின் விளைவுகளை நிகழ்காலத்தின் நற்செயற்களால் வெற்றி கொள்ளுங்கள். ஞானத்தின் மூலமாக எதிர்காலச் செயல்களிலிருந்து (ஆகாமி) விடுபடுங்கள். கடந்தகாலச் செயல்களின் பலன்களான பிராப்தத்தை அனுபவித்துத் தீர்த்திடுங்கள். அதன்பின் நான் பிரம்மாயிருக்கிறேன் என்ற பாவனையில் ஆழ்ந்திருந்து வாழுங்கள்.

விரிவுரைகள் - பாஷியங்கள்

வேதாந்தத்திற்கு சாஸ்திரங்களே ஆதாரம், அந்த சாஸ்திரங்கள் **"பிரஸ்தான திரயம்"** என்று அழைக்கப்படுகிறது. பிரஸ்தான திரயம் என்றால் மூன்று அடிப்படை நூல்கள் என்று பொருள் கொள்ளலாம். அந்த மூன்று **"உபநிடதங்கள்"**, **"பிரம்ம சூத்திரம்"**, **"பகவத் கீதை"** ஆகும். இந்த மூன்றுக்கும் ஆதிசங்கரர் விரிவுரை எழுதியிருக்கிறார். இந்த விரிவுரையின் மூலம் வேதாந்த சாஸ்திரங்களின் முடிவு அத்வைதமே என்பதை வலியுறுத்தி உள்ளார். அத்வைதத்திற்கு முரணான கருத்துக்கள் சாஸ்திரத்தில் இருப்பதாகக் கருதி எழுப்பப்படும் சந்தேகங்களுக்கு விரிவுரையில் பதிலளிக்கிறார்.

1. உபநிடதங்கள்

உபநிடதங்களின் எண்ணிக்கை பலவாகக் கணிக்கப்படுகிறது. 1008, 108, 18, 12, 10 என்று பல கணக்குகள் இருக்கின்றன. 18 பலரால் போற்றப்படுகிறது, 12 பலரால் சிறப்பிக்கப்படுகிறது. 10 உபநிடதங்கள் என்பது பொதுவாக எல்லோராலும் ஏற்றுக் கொள்ளப்பட்ட கணக்காக இருக்கிறது. ஈசம், கேனம், கடம், பிரசன்னம், முண்டகம், மாண்டூக்கியம், தைத்தீரியம், ஐதரேயம், சாந்தோக்கியம், பிரகதாரண்யகம் இவைகளே இந்தப் பத்து உடநிடதங்களாகும். இந்தப் பத்திற்கும் ஆதிசங்கரர் விரிவுரை எழுதியிருக்கிறார். சுவேதாச்வதரத்திற்கு ஆதிசங்கரர் விரிவுரை எழுதியதாகப் பலரால் கூறப்படுகிறது. துவைத சித்தாந்த அடிப்படையில் மத்துவர் இந்தப் பத்து உபநிடதங்களுக்கு விரிவுரை எழுதியிருக்கிறார். ராமானுஜர் பகவத் கீதைக்கும், பிரம்ம சூத்திரத்திற்கும் எழுதிய விரிவுரைகளில் உபநிடதங்களையே சாஸ்திரங்களாக எடுத்தாண்டுள்ளார். வேதார்த்த சங்கரகம் என்ற ராமானுஜரின் நூல் உபநிடதங்களையே ஆதாரமாகக் கொண்டு எழுதப்பட்டுள்ளது. சித்தாந்த ஆசிரியர்கள் அவரவர் சித்தாந்தத்திற்கு ஏற்பவே உபநிடதங்களுக்கு விரிவுரை எழுதியுள்ளனர்.

> **"ஓம், பூமியில் காணும் உலகம் அனைத்தும் இறைவனால் சூழப்பட்டுள்ளது. தியாகத்தால் உன்னை காப்பாற்றிக்கொள். பிறருடைய செல்வத்திற்கு ஆசைப்படாதே".** (1)

மந்திரத்தின் தொடக்கமான **"ஈசாவாஸ்யமிதம்"** என்ற சொல்லிற்குப் பலவிதமான மொழியாக்கங்கள் காணப்படுகின்றன. அவரவர் சித்தாந்தத்திற்கு ஏற்ப இதற்கு விளக்கம் கொடுக்கின்றனர். ஆதிசங்கரரின் அத்வைத சித்தாந்தத்திற்கு, பிரம்மம் சத்தியம் ஜகத் மித் என்பதே அடிப்படைக் கொள்கையாகும். அதற்கு ஏற்ப வாஸ்யம் என்ற சொல்லிற்கு **"மூடு துணி"** அல்லது **"மூடு திரை"** என்றே பொருள் கொள்கிறார்.

கேனோ உபநிடதத்திற்கு ஆதிசங்கரர் பதபாஷியம், வாக்கிய பாஷ்யம் என இரண்டு விரிவுரை எழுதியதாகக் கருதப்படுகிறது. வாக்கிய பாஷியத்தில் அத்வைத சித்தாந்தத்திற்கு மாறான கருத்துக்கள் இடம் பெற்றுள்ளதால் இதனை ஆதிசங்கரர் எழுதியிருக்க வாய்வில்லை என்றே தோன்றுகிறது.

கடோ உபநிடதத்திற்கு ஆதிசங்கரர் எழுதிய விரிவுரையின் இரண்டாம் அத்தியாயத்தின் முதல் மந்திரத்தின் விளக்க உரையில் மனிதர்களின் இரண்டு வாழ்க்கை முறையைச் சுட்டிக்காட்டி உள்ளார். உலக இன்பங்களை நாடுகின்ற சம்சாரம், நித்தியமற்ற சம்சாரத்தில் இருந்து முக்தி. உலகத்தார் இதிலிருந்து ஒன்றைப் பின்பற்றுகின்றனர். அதேநேரத்தில் ஒரே மனிதன் இந்த இண்டையும் மேற்கொள்ள முடியாது. இவற்றில் ஒன்றைவிட்டு மற்றொன்றைத் தேர்ந்தெடுக்க வேண்டும். சம்சார வாழ்க்கை அறியாமையை அடிப்படையாகக் கொண்டதாகவும், முக்திப் பாதை ஞானத்தை அடிப்படையாகக் கொண்டதாகவும் ஆதிசங்கரர் கூறுகிறார்.

"இவ்விரண்டில் மேலான நன்மையைத் தரும் முக்தியை வேண்டத்தக்கதாக மதித்து அதைத் தேடுபவன், அறியாமையின் காரணமாக வரும் உலக இன்பங்களை விலக்கி, அதனால் பெருநன்மையை அடைகிறான். குறுகிய நோக்கோடு அறியாமையின் விளைவாக உலக இன்பங்களை நாடுகின்றவன், இந்தப் பேரின்பமாகிற பெருநன்மையில் இருந்து விலகி நிலைத்த இலட்சியத்தில் இருந்து நழுவி விழுந்து விடுகிறான். இவன் யார் என்றால் உலகத்து இன்பங்களையே நாடி ஓடுபவன்".

இரண்டு வழிமுறைகளில் எதைத் தேர்ந்தெடுப்பவர் எதனை அடைகிறார்கள் என்பது சுட்டிக்காட்டப்பட்டுள்ளது.

இவ்வகையிலேயே மற்ற உபநிடதங்களுக்கும் ஆதிசங்கரர் அத்வைத வழிநின்று விளக்கம் அளிக்கிறார்.

பிரம்ம சூத்திரம்

உபடதிங்களில் காணப்படும் முரணான கருத்துக்களை சமப்படுத்துவதற்கே பாதராயணர் பிரம்ம சூத்திரத்தைப் படைத்தார். இதன் முதல் சூத்திரம் "பிறகு, அதனால், பிரம்மத்தை அறிய விசாரம் செய்ய வேண்டும்" என்கிறது. இந்த சூத்திரத்தின் தொடக்க எழுத்து **"பிறகு"** (அத) என்பதற்கு விரிவுரையாளர்கள் தத்தமது சித்தாந்தத்திற்கு (தத்துவத்திற்கு) ஏற்ப விளக்கம் கொடுத்துள்ளனர்.

சில முன்செயல்களைச் செய்த பிறகு என்பதை இந்தச் சூத்திரம் தெளிவாக முன்வைக்கிறது. அது எது என்பதில்தான் வியாக்கியான ஆசிரியர்களிடம் வேறுபாடு காணப்படுகிறது. ராமானுஜர் **"பிறகு"**

என்பதற்கு வேத கர்மகாண்டத்தைப் படித்து முடித்த பிறகு உள்ள நிலையாகச் சுட்டுகிறார். ராமானுஜர் காலத்திற்கு முன்பே இதுபோன்ற கருத்துக்கள் காணப்பட்டதால் அப்போதே இதனை ஆதிசங்கரர் மறுத்துரைத்துள்ளார்.

"கர்மாவின் அறிவிற்குப் பிறகு" என்ற பொருள் சரியல்ல என்பதைத் தெளிவுபடுத்திவிட்டு, எதற்கு அடுத்து என்பதைத் தொகுத்துத் தருகிறார். மாறுதலுக்கு உட்படுகின்ற வெளிப் பொருட்கள் அநித்ய வஸ்து, மாறுதலுக்கு உட்படாத ஒன்றேயான பிரம்மமே நித்திய வஸ்து என்று பிரித்தறிதல், இம்மையிலும், மறுமையிலும் கிடைக்கக்கூடிய இன்ப நுகர்ச்சியில் ஆசையற்று இருத்தல், மனநிலையைச் சலனமற்றதாக ஆக்குவதற்கான சாதனங்களுடன் கூடியிருத்தல், சம்சாரத்தில் இருந்து விடுதலை பெற்று, முக்தி பெற வேண்டும் என்ற தீராத ஆசை கொண்டிருத்தல். இத்தகைய நிலையைப் பெற்ற பிறகு பிரம்ம விசாரம் தொடங்கலாம். இது ஆதிசங்கரர் கருத்து.

முதல் அத்தியாயம், முதல்பாகத்தின் மூன்றாவது சூத்திரம், "சாஸ்திரங்களின் வாயிலாக" அதாவது சாஸ்திரங்களின் வாயிலாக மட்டுமே பிரம்மத்தை அறிய முடியும் என்பதாகும். இங்கே சாஸ்திரம் என்றால் வேதத்தின் அந்தமான உபநிடதங்களே. பிரம்மம் அத்வைத சித்தாந்தத்தின்படி நிர்குணமானதாகும். அதாவது பிரம்மம் குணங்களற்றது. ராமானுஜர், மத்துவர் போன்ற ஆசிரியர்கள் பிரம்மத்தைக் கல்யாண குணங்களுடன் கூடியதாகக் கூறுகின்றனர்.

ஆதிசங்கரர் இந்த பிரம்ம சூத்திரத்தின் விரிவுரையில் மற்ற சித்தாந்தங்களை மறுதலித்து அத்வைத சித்தாந்தத்தை நிலைநிறுத்துகிறார்.

பகவத் கீதை

ஆதிசங்கரர் தாம் விரிவுரை எழுதிய பகவத் கீதையின் தொடக்க உரையிலேயே கீதைக்கு விரிவுரை எழுதியிருப்பதற்கான காரணத்தைக் கூறியுள்ளார். கீதை வேதங்களின் சாரமாக விளங்குவதாகக் கூறியதுடன் இதனைப் புரிந்து கொள்வது கடினம் என்ற எச்சரிக்கையையும் முன்வைத்துள்ளார். பலபேர் இதுவரை கீதையின் உட்கருத்தையும், அதன் சொல், பொருள், வாக்கியம் மற்றும் வாதங்களுக்குப் பல்வேறு விளக்கங்களை முன்வைத்துள்ளனர். எளிய மக்கள் இதனைப் பல்வேறு

முரண்பாடுகளுடனேயே புரிந்து வைத்துள்ளனர். அதனை நீக்கி சரியாகப் புரிந்து கொள்வதற்கு உதவிடவே இந்த விரிவுரையை எழுதியதாகக் கூறியுள்ளார்.

அடுத்து இந்நூலின் நோக்கத்தை வெளிப்படுத்தியுள்ளார். சம்சாரமும், அதன் காரணங்களும் களையப்படுவதின் மூலம் முக்தி பெறுவதே இந்நூலின் பயன் என்று கூறுகிறார். இதனைச் சொல்வதற்கு முன்பே மற்றொரு காரணத்தையும் பதிந்துள்ளார். அது வைதீக தர்மத்தை நிலைபெறச் செய்வதாகும்.

"பிராமணத்துவத்தை ரட்சிப்பதன் மூலமே வைதீக தர்மத்தைக் காத்திட முடியும். ஏனெனில் வர்ணாசிரம வேறுபாடுகள் வைதீக தர்மத்தை அடிப்படையாகக் கொண்டவை". (பக்கம் 2)

பகவத்கீதையின் நோக்கம், முக்திநிலை என்று கூறப்படும் சம்சாரத்தில் இருந்து விடுபடும் விடுதலையாகும். அத்வைதத்தின் நோக்கமும் இதுவே. முக்திக்கு இருவழிகளை வேதம் காட்டுவதாக முகவுரையிலேயே கூறியுள்ளார். ஒன்று பிரவிருத்தி தர்மம் மற்றொன்று நிவிருத்தி தருமம். பிரவிருத்த தருமம் என்பது வேதச் சடங்குகள் மற்றும் சமூகக் கடமையை அடிப்படையாகக் கொண்டது. இது கர்மகாண்டத்தைக் குறிக்கிறது. நிவிருத்தி தருமம் என்பது ஞான காண்டத்தைக் குறிக்கிறது. கர்ம பாதை முக்திக்கு நேரடியான வழியாகாது, ஞானப் பாதையே முக்திக்கு வழி என்பதே ஆதி சங்கரரின் கருத்து. ஆனால் ஞான வழியை தொடங்குவதற்கான மனத்தூய்மையை (சித்த சுத்தி-மனத் தெளிவு) ஏற்படுத்த கர்மவழி பயன்படும்.

மனிதனின் அழிவிற்கு மூலகாரணம் ஆசைப்படும் விஷயங்களைப் பற்றிய ஆழ்ந்த நினைப்பேயாகும். அதாவது உலகில் காணும் பொருட்களின் மீதுள்ள நினைப்பே ஆகும். இதில் இருந்து விடுபட வேண்டும் என்றால் முக்தியை நாட வேண்டும். ஆசைகளைத் தூண்டும் பொருட்களை நாடிச் செல்லாத ஞானிக்கே முக்தி கிட்டும். இந்த விரிவுரையில் எழுப்பப்படும் பல்வேறு சந்தேகங்களுக்கு ஆதிசங்கரர் பதிலளிக்கிறார்.

∽●∾

உதவிய நூல்கள்

முழுமைக்கும் பயன்பட்ட குறிப்புதவி நூல்கள்:-

1) இந்திய தத்துவஞானம், கி.லக்ஷ்மணன், பழனியப்பா பிரதர்ஸ், *2000*

2) விவேகசூடாமணி, ஆதிசங்கரர், உரை ஆசிரியர் அண்ணா, ஸ்ரீ ராமகிருஷ்ண மடம், *1971*

3) முத்தி நெறி - சிருங்கேரி ஜகத்குரு ஸ்ரீமத் அபிநவ வித்யாதீர்த்த மஹாஸ்வாமிகள் -ஸ்ரீ வித்யாதீர்த்த ஃபவுண்டேஷன், சென்னை, *2001*

4) மதமும் சமூகமும், தேவி பிரசாத் சட்டோபாத்தியாயா, நியு செஞ்சுரி புக் ஹவுஸ், *2009.*

5) தத்துவமஸி, சுகுமார் அழீக்கோடு, சாகித்திய அகாதமி, *2000.*

6) ஆதிசங்கரர் அருளிய கீதைப் பேருரை, இரா.சு.முத்து, சித்தாந்த பதிப்பகம், *2000.*

7) ஸ்ரீமத் பகவத்கீதை சங்கர பாஷ்யம், சுவாமி தன்மயானந்தர், இராமகிருஷ்ண சாரதா சங்கம், மலேசியா, *2007.*

8) ஸ்ரீமத் சங்கரபகவதகாதாசார்யர் இயற்றிய பிரஹ்மஸீத்ர பாஷ்யம், ஸ்ரீ ஞானானந்தபாரதீ ஸ்வாமிகள், *Dakshinamnaya Sri Sharada Peetham, Sringeri, 2014.*

9) விவேக சூடாமணி *I & II*, விளக்கவுரை ஸ்வாமி சின்மயானந்தர், சென்ட்ரல் சின்மயா மிஷன் டிரஸ்ட், *2013.*

10) பஜகோவிந்தம், விளக்கவுரை ஸ்வாமி சின்மயானந்தர், சென்ட்ரல் சின்மயா மிஷன் ட்டிரஸ்ட், *2015.*

11) மார்க்சிய தத்துவம், அ.கா.ஈஸ்வரன், பொன்னுலகம் பதிப்பகம், *2014*

12) வரலாற்றுப் பொருள்முதல்வாதம், தமிழில் தா.பாண்டியன், நியு செஞ்சுரி புக் ஹவுஸ், இரண்டாம் பதிப்பு 2013.

13) மார்க்சியம் கற்போம், அ.கா.ஈஸ்வரன், 2022, செஞ்சோலைப் பதிப்பகம், 2022.

14) இந்திய ஞான மரபுகள் பௌத்தத்தின் பார்வையில், ஓ.ரா.ந.கிருஷ்ணன், மெத்தா பதிப்பகம், 2016.

15) இந்தியத் தத்துவ இயல் ஓர் எளிய அறிமுகம், தேவிபிரசாத் சட்டோபாத்யாயா, அலைகள் வெளியீட்டகம், 2007.

16) உபநிடதங்கள், சங்கர பாஷ்யம், அக்ஷரம் பப்ளிகேஷன், திருவண்ணாமலை, 2019 -2021

17) ஸ்ரீ ஜகத்குரு க்ருந்தமாலா, பாகம் 1 - 10, ஸ்ரீமதி லிங்கம்மாள் ராமராஜீ சாஸ்த்ர ப்ரதிஷ்டா டிரஸ்ட், 2007 - 2010.

18) வரலாற்று இயல் பொருள்முதல்வாதம், மாரிஸ் கார்ன்பார்த், தமிழில் எஸ்.தோதாத்ரி, நியு செஞ்சுரி புக் ஹவுஸ், 2008.

19) வேதாந்த மெய்யியல், பேரா. நா. ஞானகுமாரன், கொழும்பு, இலங்கை, 2012.

20) ஆத்ம போதம், ஆதி சங்கரர், விளக்கவுரை டாக்டர் வி. எஸ். நரசிம்மன், ஸ்ரீராமகிருஷ்ண தபோவனம், 1998.

பகுதி - 1: பொருள்முதல்வாதப் பார்வையில் ஆதி சங்கரரின் அத்வைதம்

அத்தியாயம் 1. ஆதி சங்கரரின் வாழ்க்கை

குறிப்புதவி நூல்கள்:

1) ஸ்ரீமத் சங்கர திக்விஜயம், ஸ்ரீ வித்யாண்யர், ஸ்ரீமதி லிங்கம்மாள் ராமராஜீ சாஸ்த்ர ப்ரதிஷ்டா டிரஸ்ட், இரண்டாம் பதிப்பு, 2008.

2) ஸ்ரீ சங்கர விஜயம் - ஸ்ரீ சந்திரசேகரேந்திர சரஸ்வதி சுவாமிகள், கலைமகள் வெளியீடு, 1993.

3) சங்கரர், டி.எம்.பி.மகாதேவன், நேஷனல் புக் டிரஸ்ட், 1994.

4) ஜகத்குரு ஆதி சங்கரர், சி.எஸ்.தேவநாதன், அழகு பதிப்பகம், 2014.

அத்தியாயம் 2. ஆதி சங்கரரின் அத்வைதம்
குறிப்புதவி நூல்கள்:

1) தத்துவ போதம் - ஆதி சங்கரர்
2) ஆத்மா போதம் - ஆதி சங்கரர்
3) விவேக சூடாமணி - ஆதி சங்கரர்

அத்தியாயம் 3. இயக்கவியல் பொருள்முதல்வாதம்
குறிப்புதவி நூல்கள்:

1) அரசியல் பொருளாதார விமர்சனத்துக்கு ஒரு பங்களிப்பு, காரல் மார்க்ஸ். நியு செஞ்சுரி புக் ஹவுஸ், 2018.

2) மார்க்சியத் திறனாய்வு, *https://www.tamilvu.org/ta/courses-degree-d061-d0614-html-d06143nd-23618* (தமிழ் இணையக் கல்விக்கழகம்).

3) வரலாற்று இயல் பொருள்முதல்வாதம், மாரிஸ் கார்ன்பார்த், தமிழில் - எஸ்.தோதாத்ரி, நியு செஞ்சுரி புக் ஹவுஸ், 2008.

4) மார்க்சிய தத்துவம், அ.கா.ஈஸ்வரன், பொன்னுலகம் புத்தக நிலையம், 2014

அத்தியாயம் 4. பொருள்முதல்வாதப் பார்வையில் அத்வைதம்
குறிப்புதவி நூல்கள்:

1) டூரிங்குக்கு மறுப்பு, எங்கெல்ஸ், அலைகள் வெளியீட்டகம், 2014.

2) விவேக சூடாமணி I & II, ஆதிசங்கரர், விளக்கவுரை. ஸ்வாமி சின்மயானந்தர், சென்ட்ரல் சின்மயா மிஷன் டிரஸ்ட், 2013.

3) ஆத்ம போதம், ஆதிசங்கரர், விளக்கவுரை, டாக்டர் வி.எஸ் நரசிம்மன், ஸ்ரீராமகிருஷ்ண தபோவனம், 1998.

4) ஸ்ரீமத் பகவத்கீதை சங்கர பாஷ்யம், சுவாமி தன்மயானந்தர், இராமகிருஷ்ண சாரதா சங்கம், கோலாலம்பூர், மலேசியா, 2007.

5) முத்தி நெறி, சிருங்கேரி ஜகத்குரு ஸ்ரீமத் அபிநவ வித்யாதீர்த்த மஹாஸ்வாமிகள், ஸ்ரீ வித்யாதீர்த்த ஃபவுண்டேஷன், சென்னை, 2001.

பகுதி - 2: ஆதி சங்கரரின் படைப்புகள்

நூலின் இப்பகுதியில் பயன்படுத்தப்பட்ட மேற்கோள்கள் தேவைப்படுகிற இடத்திலேயே தலைப்பிட்டும் அதன் பாடல் எண்ணும் கொடுக்கப்பட்டுள்ளன.

தமிழ் மரபு அறக்கட்டளை வெளியீடுகள்

1. Der Kural Des Thiruvalluvar
   By Dr.Karl Graul
   (First edition 1856 reprinted - 2019)   Euro.25

2. Thiruvalluvar's Prose
   By August Fridrich Cammerer
   (First edition 1803 reprinted - 2019)   Euro 25

3. திருவள்ளுவர் யார்? (2019)
   கௌதம சன்னா   ரூ.200

4. நாகர் நிலச்சுவடுகள் (இலங்கை பயண அனுபவம்) (2020)
   மலர்விழி பாஸ்கரன்   ரூ.100

5. அறியப்பட வேண்டிய தமிழகம் (2021)
   தொ. பரமசிவன் நேர்காணலும் கட்டுரைகளும்
   தொகுப்பாசிரியர் - முனைவர்.க.சுபாஷிணி   ரூ.80

6. கீழக்கரை வரலாறு (2021)
   எஸ். மஹ்மூது நெய்னா(இப்போது.காம் இணைபதிப்பு)   ரூ.250

7. கொங்குநாட்டுக் கல்வெட்டுகள் (2021)
   துரை சுந்தரம்   ரூ.160

8. கொங்கு நாட்டுத் தொல்லியல் சின்னங்கள் (2021)
   துரை சுந்தரம்   ரூ.140

9. தொல்லியல் நோக்கில் தமிழ்நாட்டுக் கடவுளரும் வழிபாட்டு மரபுகளும் (2021)
   கோ. சசிகலா   ரூ.160

10. வரலாற்றில் பொய்கள் (2021)
    தேமொழி   ரூ.100

11. விளையாடிய தமிழ்ச்சமூகம் (2022)
    ஆ. பாப்பா   ரூ.300

12. கல்வெட்டில் தேவதாசி (2022)
    எஸ். சாந்தினிபி   ரூ.150

13. ராஜராஜனின் கொடை (2022)
    க. சுபாஷிணி   ரூ.180

14. இலக்கிய மீளாய்வு (2023)
    தேமொழி   ரூ.100

15. **கணிதவியல்** (2023)
ப. பாண்டியராஜா ரூ.180

16. **ராஜேந்திர சோழனின் ஒட்ர நாடு வெற்றி** (2023)
ஜெ. ஆர். சிவராமகிருஷ்ணன் ரூ.90

17. **வரலாற்று ஆய்வில் களப்பணிகள்** (2023)
க. சுபாஷிணி ரூ.120

18. **தமிழகத்தில் பௌத்தம்** (2023)
தேமொழி ரூ.120

19. **நிலவியல் நோக்கில் கங்கைகொண்ட சோழபுரம் வரலாறு** (2023)
ஜெ. ஆர். சிவராமகிருஷ்ணன் ரூ.300

20. **நீலக்கடல் முழுதும் கப்பல் விடுவோம்** (2023)
நரசய்யா ரூ.150

21. **பொருள்முதல்வாதப் பார்வையில் ஆதிசங்கரரின் அத்வைதம்** (2023)
அ. கா. ஈஸ்வரன் ரூ.180

22. **பத்துப்பாட்டில் சொல்லோவியங்கள் - தொகுதி** 1 (2023)
ப. பாண்டியராஜா ரூ.250

23. **பத்துப்பாட்டில் சொல்லோவியங்கள் - தொகுதி** 2 (2023)
ப. பாண்டியராஜா ரூ.250

24. **நக்கீரர் நடைபயணம்** (2024)
ப. பாண்டியராஜா ரூ.250

25. **தமிழர் புலப்பெயர்வு உலகளாவிய பயணங்கள் - குடியேற்றங்கள் - வரலாறு** (2024)
க. சுபாஷிணி ரூ.450

26. **கொரியாவில் தமிழ்ச் சுவடுகள்** (2024)
நா. கண்ணன் ரூ.220

27. **வரலாற்று நிலவியல் நோக்கில் சிதம்பரம்-நகரும் நகர்ப்புறமும்** (2024)
ஜெ. ஆர். சிவராமகிருஷ்ணன் ரூ.320

தமிழ் மரபு அறக்கட்டளை பதிப்பகம்

தமிழ் மரபு அறக்கட்டளை பன்னாட்டு அமைப்பு 2001ஆம் ஆண்டு தொடங்கப்பட்டது. தமிழ், தமிழர் மரபு, வரலாறு, பண்பாட்டுக்கூறுகள், மரபுசார் தரவுகளைப் பாதுகாத்தல் மற்றும் ஆவணப்படுத்துதலை முக்கிய நோக்கங்களாகக் கொண்டு இவ்வமைப்பு செயல்படுகின்றது. இவை மட்டுமின்றி வரலாற்றுப் பாதுகாப்பு குறித்த சமூக விழிப்புணர்வை ஏற்படுத்தும் செயல்பாடுகளையும் தொடர்ந்து முன்னெடுத்து வருகிறது.

தமிழ் மரபு அறக்கட்டளை தமிழ் கூறும் நல்லுலகிற்கு, குறிப்பாக ஆய்வு நிறுவனங்கள், கல்லூரிகள், பல்கலைக்கழகங்கள், பள்ளிக்கூடங்களில் பயில்வோருக்குத் தரமான ஆய்வு முறைமைகளைப் பயன்படுத்த ஊக்குவிக்கும் பல்வேறு செயல்பாடுகளை, பயிற்சிப்பட்டறைகளை, களப்பணிப் பயிற்சிகளைத் தொடர்ந்து செய்து வருகின்றது.

இச்செயற்பாடுகளின் ஓர் அங்கமாகத் தமிழ் மரபு அறக்கட்டளையின் பதிப்பகப்பிரிவு 2019ஆம் ஆண்டு தொடங்கப்பட்டது. வரலாறு, தமிழியல், பண்பாட்டியல், மானிடவியல், சமூகவியல், புலம்பெயர்வு ஆகிய துறைகளில் ஆய்வுசார் நூல்கள் இப்பதிப்பகத்தின் மூலம் வெளியிடப்படுகின்றன.

தமிழர் வரலாற்றுக்கு ஓர் அரணாக விளங்கும் தமிழ் மரபு அறக்கட்டளை பன்னாட்டு அமைப்பு உலகளாவிய அளவில் கிளைகள் கொண்டு இயங்குகின்றது. ஜெர்மனியைத் தலைமையகமாகக் கொண்டு இயங்கிவரும் இந்த ஆய்வு நிறுவனம் உலகளாவிய வகையில் தமிழர் வரலாற்றுப் பாதுகாப்பு நடவடிக்கைகளைச் செயல்படுத்தி வருகிறது.

தொடர்புக்கு:

E-MAIL: mythforg@gmail.com

Web: http://www.tamilheritage.org